பாத்துமாவின் ஆடு

பாத்துமாவின் ஆடு

வைக்கம் முகம்மது பஷீர் (1908 –1994)

1908 ஜனவரி 19ஆம் தேதி கேரளா வைக்கம் தாலுகாவில் தலயோலப் பரம்பில் பிறந்தார். பத்தாம் வகுப்புப் படிக்கும்போது வீட்டைவிட்டு ஓடி, இந்திய தேசிய காங்கிரசில் சேர்ந்து உப்பு சத்தியாக்கிரகத்தில் கலந்துகொண்டார். சுதந்திரப் போராட்ட வீரராகச் சென்னை, கோழிக்கோடு, கோட்டயம், கொல்லம், திருவனந்தபுரம் சிறைகளில் தண்டனை அனுபவித்தார். பகத்சிங் பாணியிலான தீவிரவாத அமைப்பொன்றை உருவாக்கிச் செயல் பட்டார். அமைப்பின் கொள்கை இதழாக *உஜ்ஜீவனம்* எனும் வார இதழையும் துவக்கினார்.

பத்தாண்டுகள் பாரதமெங்கும் தேசாந்திரியாகத் திரிந்தார். பிறகு, ஆப்பிரிக்காவிலும் அரேபியாவிலும் சுற்றினார். இக்காலகட்டத்தில் பஷீர் செய்யாத வேலைகளே இல்லை. ஐந்தாறு வருடங்கள் இமயமலைச் சரிவுகளிலும் கங்கையாற்றின் கரைகளிலும் இந்துத் துறவியாகவும் இஸ்லாமிய சூஃபியாகவும் வாழ்ந்தார்.

சுதந்திரப் போராட்ட வீரர்களுக்கான மத்திய மாநில அரசுகளின் ஓய்வூதியம், ஃபெல்லோஷிப், இந்திய அரசின் பத்மஸ்ரீ விருது, கோழிக்கோடு பல்கலைக்கழகத்தின் டி.லிட்., சம்ஸ்கார தீபம் விருது, பிரேம் நசீர் விருது, லலிதாம்பிகா அந்தர்ஜனம் விருது, முட்டத்து வர்க்கி விருது, வள்ளத்தோள் விருது, ஜித்தா அரங்கு விருது போன்ற பல்வேறு விருதுகள் பெற்றவர்.

1994 ஜூலை 5ஆம் தேதி காலமானார்.

மனைவி: ஃபாபி பஷீர், **மக்கள்:** ஷாஹினா, அனீஸ் பஷீர்.

குளச்சல் யூசுஃப்
மொழிபெயர்ப்பாளர்

குமரி மாவட்டம், குளச்சலில் பிறந்தவர். தற்போது நாகர்கோவிலில் வசித்துவருகிறார். வைக்கம் முகம்மது பஷீரின் படைப்புகள் உட்பட முப்பதுக்கும் மேற்பட்ட நூல்களைத் தமிழில் மொழிபெயர்த்துள்ளார். செம்மொழித் தமிழாய்வு மத்திய நிறுவனத்துக்காக நாலடியார், இன்னா நாற்பது, இனியவை நாற்பது, கார் நாற்பது, களவழி நாற்பது, நான்மணிக்கடிகை ஆகிய அறநூல்களை மலையாளத்திலும் மொழியாக்கம் செய்துள்ளார். மொழிபெயர்ப்பிற்கான சாகித்திய அகாதெமி விருது, தமிழ்நாடு அரசு விருது, ஆனந்த விகடன் விருது, உள்ளூர் பரமேஸ்வரய்யர் விருது, வி.ஆர். கிருஷ்ணய்யர், நல்லி திசையெட்டும், ஸ்பாரோ கவிக்கோ உட்படப் பல்வேறு விருதுகள் பெற்றுள்ளார்.

மின்னஞ்சல்: kulachalsmyoosuf@gmail.com
அலைபேசி : 99949 23926

வைக்கம் முகம்மது பஷீர்

பாத்துமாவின் ஆடு

தமிழில்
குளச்சல் யூசுஃப்

காலச்சுவடு பதிப்பகம்

அன்பார்ந்த வாசகருக்கு,

வணக்கம்.

காலச்சுவடு நூலை வாங்கியமைக்கு நன்றி.

நூலின் உள்ளடக்கம், உருவாக்கம், அட்டைப்படம் இன்ன பிற அம்சங்கள் பற்றிய உங்கள் கருத்துகளையும் ஆலோசனைகளையும் காலச்சுவடு வரவேற்கிறது. தகவல், எழுத்து, வாக்கியப் பிழைகள் தென்பட்டால் கட்டாயம் தெரிவித்து உதவுங்கள். நூல் தயாரிப்பில் கடும் குறைபாடு இருப்பின் மாற்றுப் பிரதி உங்களுக்குக் கிடைக்கக் காலச்சுவடு ஏற்பாடு செய்யும்.

மின்னஞ்சல்: publisher@kalachuvadu.com

காலச்சுவடு நாகர்கோவில் அலுவலகத்திற்குக் கடிதம் அனுப்பலாம்.

தங்கள்
எஸ். ஆர். சுந்தரம் (கண்ணன்)
பதிப்பாளர் – நிர்வாக இயக்குநர்

பாத்துமாவின் ஆடு ◆ நாவல் ◆ ஆசிரியர்: வைக்கம் முகம்மது பஷீர் ◆ மலையாளத்திலிருந்து தமிழில்: குளச்சல் யூசுஃப் ◆ © ஷாஹினா, அனீஸ் பஷீர் ◆ முதல் பதிப்பு: டிசம்பர் 2010, பத்தாம் பதிப்பு: மே 2024 ◆ வெளியீடு: காலச்சுவடு பப்ளிகேஷன்ஸ் (பி) லிட்., 669 கே. பி. சாலை, நாகர்கோவில் 629001

paattumaavin aaTu ◆ Novel ◆ Author: Vaikom Mohammed Basheer ◆ Translated from Malayalam by: Colachel Yoosuf ◆ © Shahina, Anees Basheer ◆ Language: Tamil ◆ First Edition: December 2010, Tenth Edition: May 2024 ◆ Size: Demy 1 x 8 ◆ Paper: 18.6 kg maplitho ◆ Pages: 112

Published by Kalachuvadu Publications Pvt. Ltd., 669 K.P. Road, Nagercoil 629001, India ◆ Phone: 91-4652-278525 ◆ e-mail: publications @kalachuvadu.com ◆ Printed at Mani Offset, Chennai 600077

ISBN: 978-93-80240-14-5

05/2024/S.No.361, kcp.5109,18.6 (10) 9ss

இந்தத் தமிழாக்கம்
மலையாளக் கவி நண்பர் அய்யப்பன்
நினைவுக்கு

முன்னுரை

'பாத்துமாவின் ஆடு' என்ற இந்த உண்மைக் கதையை எழுதிய ஆள் அஞ்ஞானியான ஒரு திருமண மாகாதவன். (திருமணமாகாதவர்கள் ஞானிகளல்ல.) இந்த முன்னுரையை எழுதுபவன் ஞானம்பெற்ற ஒரு கணவன். (மனைவிகள் வெல்வார்களாக.) வேறு விசேஷங்கள் எதுவுமில்லை, சுகமாகவும் அமைதியுடனும் அப்படியாக வாழ்ந்துகொண்டிருக்கிறேன் என்றுதான் சொல்ல நினைக் கிறேன். ஆனால், சுகமில்லை. அமைதியும் இல்லை. சந்தோஷமில்லை. ஆகமொத்தத்தில் ஒரு அங்கலாய்ப்பு.

நானொரு வீடு கட்டிக்கொண்டிருக்கிறேன். ஆமாம், அதற்கேன் இவ்வளவு அங்கலாய்க்க வேண்டும்? சும்மா அப்படியே கட்டிவிட்டுப் போகவேண்டியதுதானே என்று ஒருவேளை அஞ்ஞானிகளான திருமணமாகாதவர்கள் சொல்லக்கூடும். (ஏதுமறியாதவர்கள்.) அவர்களுக்குச் சொல்கிறேன். கேட்டுக்கொள்ளுங்கள். ஆக மொத்தம் ஒரு மனைவி. (கணவர்கள் அதிர்ஷ்டசாலிகள்) ஆனால், குடியிருக்க வீடில்லை. பெட்டியும், படுக்கையும், சட்டியும், கலயமுமாகக் கண்ட கண்ட இடங்களில் எல்லாம் எத்தனை நாட்களைத்தான் இப்படிக் கழிக்க முடியும்?

குடியிருக்க ஒரு வீடு கட்டிக் கொள்ளக்கூடாதா?

ரைட்டு; ஒரு வீட்டைக் கட்டி விடுவோம். அழகான இந்த முடிவுக்கு வந்து சேருவது எளிதான விஷயம். வீடு கட்ட இடம் வேண்டாமா?

கன்னியாகுமரி முதல் டெல்லிவரை நீண்டு கிடக்கும் ரோடு. டெல்லிவரை மட்டும் ஏன்? தெய்வ அனுக்கிரக மிருந்தால் இந்த ரோடு பூமியின் எந்தப் பகுதிவரைக்கும்

செல்லலாம். அப்படி வசதியான இந்த வழிப்பாதையில் எங்கோ ஓரிடத்தில், தெற்கு வடக்காக ஒரு வெள்ளைத் துண்டை விரித்துப் போட்டிருப்பதாகக் கற்பனை செய்து கொள்ளுங்கள். துண்டின் நாலாபுறமும் வேலி கட்டியிருப்பதாக வும் கற்பனைசெய்துகொள்ளுங்கள். துண்டின் நடுப்பகுதி முதல் வடக்குப் பகுதி ரோடுவரை எரிந்து சாம்பலாகிப் போய்விட்டது என்றும் வைத்துக்கொள்ளுங்கள். எரிந்த பகுதியில் இரண்டு சிறு யானைகளை நிறுத்தி வைத்தால் அவற்றின் முதுகுகளை எல்லாம் ஸ்டைலாகப் பார்க்க முடியும். அதாவது, பள்ளம் என்று அர்த்தம். முழு உண்மையையும் அப்படியே சொல்வதானால் கல்வெட்டாங்குழி.

துண்டின் தெற்குப்பகுதி இருக்கிறதல்லவா? அங்கு ஒரு ஆள் நிற்குமளவு பள்ளம். அதாவது, துண்டு போக மீதி இடங்கள் தாழ்வான வயற்காடுகள். அனேகமனேக மைல்தூர வயற்பரப்பு.

நல்ல காற்று, உஷாராக வீசும்.

நமது இந்தத் துண்டு கிடக்குமிடம் பன்னிரண்டு சென்ட் நிலம். தெற்குப் பகுதியில் நான்கு தென்னை மரங்களிருந்தன. போனதடவை பறித்த தேங்காய்களின் எண்ணிக்கையை வைத்துப் பார்க்கும்போது ஆண்டொன்றுக்கு 365 தேங்காய்கள் கிடைப்பதற்கான சாத்தியக் கூறுகளிருப்பதாகச் சொல்ல முடியும்.

துண்டின் எரியாத பகுதி கொஞ்சம் சேறும் சகதியுமாக கறுப்பாக இருப்பதாகக் கற்பனைசெய்துகொள்ளுங்கள். ஏனென் றால், அங்கிங்காகச் சில கற்கள் எல்லாம் அதில் கிடந்தன. தோண்டினால் நல்ல தண்ணீர் கிடைக்கும். நடுவில் வீடு. நான்கு புறமும் மதிலும் வேண்டும். தரை நிரப்பப்படுகிறது. வீடு உயர் கிறது. கிணறு தோண்டப்படுகிறது. அதிர்ஷ்டம் என்றுதான் சொல்ல வேண்டும். முதலில் தண்ணீர் வந்தது. முதலில் தண்ணீர் வருவது நல்லதுதான். எல்லாமே இப்படி நல்லவை யாகவே தொடரட்டும். தெய்வானுக்கிரகத்துடன்.

என்ன சிரமமிருக்கிறது? நான்கு இலட்சம் ரூபாய் கிடைத் திருக்கிறதல்லவா? கேரள சட்டசபையில் சித்தாந்தவாதிகளான எதிர்க்கட்சிக்காரர்கள் சும்மாவா போர்க்கொடி தூக்கியிருக்கிறார் கள்? நியாயமான விஷயம்தான். முன்பு, நானொரு கதை யெழுதியிருந்தேன். 'எங்க உப்பப்பாவுக்கொரு ஆனையிருந்தது' அது புத்தகமாக வெளியான பிறகு இரண்டு விசேஷ சம்பவங் கள் நடந்தன. ஒன்று, சமீபத்தியச் சில ஆண்டுகளில் எழுதப் பட்டதில் மிகவும் நல்ல நாவலென்று சொல்லி கேரள

அரசாங்கம் ஒரு ஐநூறு ரூபாயோ என்னமோ இனாமாகத் தந்தது. (யாரும் தவறாகப் புரிந்துகொள்ளக் கூடாது. கேரளத்தின் காங்கிரஸ் அரசாங்கம்தான்) இரண்டாவது விசேஷ சம்பவம், மார்க்சிய கருத்தியலுக்கெதிரான பிற்போக்கு நாவலென்று சொல்லி கம்யூனிஸ்ட் கட்சி அந்தப் புத்தகத்தைத் தொண்டை கிழிய எதிர்த்தது. எதிர்த்தவர்களில் ஒருவர், அன்றையக் கேரள கம்யூனிஸ்ட் மந்திரி சபையில் நிதிமந்திரியாக இருந்த அச்சுதமேனோன்தான். அதற்குப்பிறகு அந்த நாவலுக்கு எம்.வி. போள் விருது கிடைத்தது. பிறகு அந்த நாவல், இந்தியா விலுள்ள பதினாலோ, பதினெட்டோ மொழிகளில் மொழி பெயர்ப்பதற்காக மத்திய சாகித்ய அகாதமியால் தேர்ந்தெடுக்கப் பட்டு மொழியாக்கம் செய்து புத்தகங்களாக வெளியிடவும் செய்தது. இதற்குப் பெரிய அளவிலான காரணங்கள் எதுவு மில்லையென்றாலும், அப்போது மத்திய சாகித்ய அகாதமியின் தலைவராக இருந்தவர் திரு. ஜவஹர்லால் நேரு. காலம், மீண்டும் அப்படியே நகர்ந்தது. கேரளத்தில் கம்யூனிஸ்ட் மந்திரி சபை அதிகாரத்திற்கு வந்தது. அதிர்ஷ்டமோ, துரதிருஷ்டமோ அனேக துணைப்பாட நூல்களின் கூட்டத்தில் 'எங்க உப்பப்பா வுக்கொரு ஆனையிருந்தது' என்ற புத்தகத்தையும் அவர்கள் சேர்த்துக்கொண்டார்கள். (மாண்புமிகு. பரசுராமன் அவர்கள் கேரளத்தை உருவாக்கியபிறகு நடந்த முதல் அதிசய நிகழ்ச்சி இது. அதாவது, ஒரு முஸல்மானின் புத்தகத்தை நான்டீட்டெய் லாகவாவது ஏற்றுக்கொண்ட அதிசய நிகழ்வு. இதைச் செய்தது கம்யூனிஸ்ட் அரசாங்கம்தான். விஷயத்தைக் கொஞ்சம் கௌரவமாக எடுத்துக்கொள்ள வேண்டுமல்லவா? மற்ற எல்லாப் புத்தகங்களையும் வசதியாக மறந்துவிட்டு இதை மட்டும் வீரியத்தோடு எதிர்ப்பது) அப்படியாக, எதிர்ப்புத் தொடங்கியது. பயங்கரமான எதிர்ப்பு.

ஒரு பரிதாபமான உண்மையையும் இங்கே குறிப்பிட்டு விடுகிறேனே? அந்தப் புத்தகத்தை நான்டீட்டெய்லாக தேர்வு செய்தவர் திரு. ஜோசப் முண்டசேரி என்று நினைக்கிறேன். அவர் கம்யூனிஸ்ட் மந்திரி சபையின் கல்வி மந்திரி. மாண்புமிகு இ.எம். சங்கரன்நம்பூதிரிபாடு முதல் மந்திரி. மாண்புமிகு சி. அச்சுதமேனோனும் மந்திரி சபையில் அங்கம் வகித்திருந்தார். பச்சைக் கம்யூனிஸ்ட்காரர்களாகிய இவர்கள் அந்தப் புத்தகத்தை எடுத்துக்கொள்ள வேண்டாமென்று செய்திருக்க முடியும். செய்யவில்லை. அந்தப் புத்தகத்தை நான்டீட்டெய்லாக அங்கீகரிக்கக் கேட்டு நான் யாரிடமும் விண்ணப்பிக்கவுமில்லை. அதை அப்படிச் செய்யும் விஷயத்தில் எனக்கு உடன்பாடு மில்லை. அரசாங்க உத்தரவு வந்தபோது நான்டீட்டெய் லாக்கும் விஷயத்திலிருந்து அந்தப் புத்தகத்தை விலக்கிவிடக்

கோரி ஒரு கடிதம் எழுதி அனுப்பவும் செய்தேன். காரணம்; அந்தப் புத்தகத்தின் விலையை இரண்டு ரூபாயிலிருந்து ஒன்றரை ரூபாயாகக் குறைக்க வேண்டும். 25 சதவிகிதக் கமிஷனை அரசாங்கத்துக்குச் செலுத்த வேண்டும். இதற்குச் சம்மதித்தால் சுமார் ஒரு இலட்சம் பிரதிகளை அரசு விலைக்கு எடுத்துக்கொள்ளும். எனக்கு இதில் சம்மதமில்லை. இரண்டு ரூபாய் விலையில் அது ஏழு பதிப்புகள்வரை விற்பனையாகி இருந்தது. அப்புறம் காகிதத்திற்கு அனல் பறக்கும் விலை. இது, நஷ்டத்தில் போய்த்தான் முடியும் என்று எனக்குத் தோன்றியது. பிறகு, திரு. குற்றிப்புழ கிருஷ்ணபிள்ளை, என்னிடம் வந்து அந்தப் புத்தகத்தை நான்டீட்டெய்லாக்குவதை எதிர்க்க வேண்டாமென்று சொன்னதுடன் மட்டுமல்லாமல் இதில், திரு. காரூர் நீலகண்டபிள்ளையின் நிர்ப்பந்தமும் இருந்தது. அரசு விதிமுறைகளுக்கு உடன்பட்டு நான் பதில் எழுதி அனுப்பினேன். கோட்டயம் சாகித்ய பிரவர்த்தக சககரண சங்கம் (இலக்கிய நோக்குக் கூட்டுறவுச் சங்கம்)தான் இதைத் தொடர்ந்து வெளியிட்டு வந்தது. இப்படியான ஒரு கூட்டுறவுச் சங்கம் உலகி லேயே இதுதான் முதன்முறை என்று நினைக்கிறேன். அப்படி யில்லை என்றாலும் இந்தியாவில் இதுதான் முதன்முறை. இதன் அன்றைய செகரட்டரியாக இருந்தவர்தான் திரு. காரூர் நீலகண்டபிள்ளை. புத்தகம் எத்தனை பிரதிகள் விற்பனையாகி யிருக்கிறது என்பது மாண்புமிகு கம்யூனிஸ்ட் அரசாங்கத்திடமோ திரு. காரூரிடமோ கேட்டால் தெரிந்துகொள்ள முடியும்தான்.

அந்தப் புத்தகத்தை அனைவருமே எதிர்த்தார்கள். கத்தோலிக்கக் கிறித்துவர்கள் எதிர்க்கக் கூடுமென்று சமீபத்தில் சில நண்பர்கள் என்னிடம் சொல்லியிருந்தார்கள். எதிர்ப்பதற் கான காரணம் என்னவென்று எனக்குத் தெரியவில்லை. எதுவாக இருந்தாலும் எல்லோருமே மனம்போல் எதிர்த்தார்கள். கத்தோலிக்க காங்கிரஸ், பி.எஸ்.பி, காங்கிரஸ், முஸ்லிம்லீக். பத்திரிகைச் செய்திகளில் வெளிவந்தவை உண்மைதானென் றால் எல்லோருமே முடிந்தவரைக்கும் பொய் சொல்கிறார்கள் என்றே நினைக்கிறேன். நான், ஒரு பழைய காங்கிரஸ்காரன். ஒண்ணாம் நம்பர் முஸ்லிம். நிறைய அடி, உதைகளெல்லாம் ஏற்று பலமுறை ஜெயிலுக்குப் போய் வந்த சுதந்திரப் போராளி. காங்கிரஸ் என்று சொன்னால், மகாத்மா காந்தி, இந்திய சுதந்திரம் போன்ற நினைவுகள் வருகின்றன. சத்யம், அஹிம்சை போன்றவற்றைப் பிரதிநிதித்துவப்படுத்தும் காங்கிரஸ் இவ்வளவு தூரம் தரம்தாழ்ந்து போகத் தேவையே இல்லை. அந்தப் புத்தகம், எட்டணாவுக்கு விற்றுக் கொண்டிருந்ததாக சட்டசபை யில் காங்கிரஸ் அங்கத்தினர்கள் பேசியதாக நான் பத்திரிகை களில் வாசித்தேன். இப்படியொரு அப்பட்டமான பொய்யை

காங்கிரஸ் சொல்லியிருக்க வேண்டாம். நான் ஏற்கனவே சொல்லியிருந்தேன் அல்லவா? அந்தப் புத்தகத்தை வெளியிட்டது சாகித்ய பிரவர்த்தக சககரண சங்கம்தான் என்று. அவர்கள் ஏழு பதிப்பிற்கும் இரண்டு ரூபாய் விலைக்கான தொகையை எனக்கு ராயல்டியாகத் தந்திருக்கிறார்கள். விலையைப் பற்றிய விஷயங்களிலும் மற்றும் புத்தகங்களைப் பொறுத்தவரை அதிகமாகத் தெரிந்த திரு. காரூர் நீலகண்ட பிள்ளை, திரு. வெட்டூர் ராமன்நாயர், திரு. பி. கேசவதேவ் ஆகியவர்கள் இது சம்பந்தமான அறிவிப்புகளை வெளியிட்டிருக்கிறார்கள். அதையெல்லாம் நான் இங்கே குறிப்பிடவில்லை. ஓட்டு அதிகமாகக் கிடைத்துவிட்டால் எல்லாம் தெரிந்தவர்களாகிவிடுகிறோம் என்று நினைப்பது துரதிருஷ்டவசமானது.

எதிர்க்கட்சியினர், என்னைக் கம்யூனிஸ்ட் கட்சியின் ஒரு உறுப்பினராக்கியதாகப் பத்திரிகைகளில் வாசித்தேன். ஸ்டைல்! அந்தப் புத்தகம் மூலம் எனக்கு நான்கு இலட்சம் ரூபாய் கிடைக்குமென்று எதிர்க்கட்சிகள் பேசியதாகவும் பத்திரிகையில் இருந்தது. யோசித்துப் பார்க்கும்போது இவ்வளவு அதிகமான பணம் எனக்கெதற்கு என்று தோன்றுகிறது. அந்தப் புத்தகத்தை வெளியிட்ட சங்கத்துடன் பேசி அவர்களுக்குச் செலவான தொகையை அவர்களுக்கும் ஒரு ஐம்பதாயிரம் ரூபாய் எனக்கும், மீதி மூன்று இலட்சத்தில் ஒரு தொகையை எதிர்க்கட்சிகளுக்கும் பங்கீடு செய்யும்படி கேரளா கம்யூனிஸ்ட் அரசுக்கு நான் விண்ணப்பித்துக்கொள்கிறேன். எதிர்க்கட்சிகள் வளமுடன் வாழட்டும். அழுகி முடைநாற்றம் பிடித்த அரசியல்.

“பிரபஞ்சத்தின் சிருஷ்டி கர்த்தாவே, இவர்கள் தாங்கள் என்ன செய்கிறோமென்று அறியாமலிருக்கிறார்கள். இவர்களுக்கு மன்னிப்பு நல்குவீராக!”

ஆயிரத்துத் தொள்ளாயிரத்து ஐம்பத்து நான்கு, ஏப்ரல் இருபத்தேழாம் தேதி எழுதி முடித்தது, ‘பாத்துமாவின் ஆடு’, எனும் இந்தக் கதை. இதைத் திரும்பவும் ஒரு முறை எழுதி மேலும் அழகுபடுத்தினேன். ஒரு முன்னுரையும் சேர்த்து வெளியிடலாமென்று நினைத்தேன். நாளை நாளை, என்று நாட்கள் நகர்ந்து நகர்ந்து போயின.

ஐந்து வருடங்கள்.

இதுவரை இந்தக் கதையை பிரதியெழுதவில்லை. இதற்கு முன் வெளியிட்டவைகள் எல்லாம் ஒன்றுக்குமதிகமான தடவைகள் திருத்தியெழுதியும் பிரதியெழுதியும் அழகுபடுத்தப் பட்டவையாகும். இது பிரதியெழுதாமலும் திருத்தம் செய்யாமலும் முதலில் எழுதியபடி அப்படியே வெளியாகியிருக்கிறது.

நான் வாசித்துப் பார்த்தேன். பிரதியெழுத வேண்டுமென்று எனக்குத் தோன்றவில்லை. திருத்தம் செய்யவும் தோன்ற வில்லை. இது ஒரு தமாஷ் கதை. இருந்தாலும், எழுதும்போது நான் மனதிற்குள் வெந்து சாம்பலாகிக் கொண்டிருந்தேன். வேதனையை மறக்க வேண்டும். எழுத வேண்டும், மனதை.

ஆம் . . . அப்போது என் மனம் . . . தட்டுத்தடுமாறி ஆழ்கட லினுள் மூழ்கிவிடத் தொடங்கிய சிறிய ஒரு தோணிபோல் . . . இப்படிச் சொல்வது சரியாக இருக்குமோ, என்னமோ! எதுவா யினும், இருளில் துர்ச்சொப்பனங்களின் அடர்ந்த இருளில் மனம் மூழ்கிக்கிடந்தது. நான்தான் மனம். பார்க்கும்போது வெளிச்சம் சிறு அளவுதான். இருளும் ஒளியுமாக – ஆண்டவா, நான் எங்கிருக்கிறேன்? உண்மை எது? பொய் எது? வெளிச்சம் . . . வெளிச்சம் . . . வெளிச்சம் மட்டும் போதும். ஆனால், துர்ச் சொப்பனங்கள் அடர்ந்த பிரவாகமான கூரிருள், இதோ எட்டுத் திசைகளிலிருந்தும் ஆழிப் பேரலைகளாய் வந்தடைகிறது.

நான் இதில் நிரந்தரமாக மூழ்கிவிடுவேனோ?

இல்லை. வாழ்க்கை தாறுமாறாகப் போவதற்கு நான் சம்மதிக்கமாட்டேன். மிகக் கவனமாக . . . வாழ வேண்டும். . . வாழ்க்கை சீரடைய வேண்டும். எல்லாச் சக்தியையும் ஒருசேரத் திரட்டி கம்பீரமான ஒரு முயற்சியை மேற்கொள்ள வேண்டும்.

நன்மை. இதில் மட்டும் சிந்தனையை மையப்படுத்த வேண்டும். ஒரே நோக்கம் . .! ஆ . . . ஆ . . . ஊசி முனையில் நிற்கட்டுமே . . . மனம் . . . மனம் . . . இருளின் பல நூறாயிரம் துண்டுகளாகின்றன. அந்த ஒவ்வோர் துண்டுகளிலும் . . . நான் காண்பதுவும் கேட்பதுவுமெல்லாம் என்ன?

பகுத்தறியும் திறனை இழந்துவிடக் கூடாது. காரணத்தைக் கண்டுபிடிக்க வேண்டும். ஒவ்வொன்றுக்கும் தனித்தனிக் காரணங்கள் அல்லவா? தைரியம் . . . தைரியத்தோடு அறிய முற்படு. மௌடீகம் பட்டுமெத்தை. அதை அபயம் நாடிப் போனால் . . . இது, அதெல்லாமில்லை. சிறுவயதில் . . . பண்டைக் காலத்தில் . . . வரலாற்றுக்கு முந்திய காலத்தில் . . . நம்பிக்கை கள் ஏதாவது இப்போதும் கைவசமிருந்தால் அவையனைத்தை யும் நிர்மூலம் செய். நன்மையை மட்டும் சுவீகாரம் செய் . . . தீமை விஷம். அது வியாதி. சிகிச்சை செய்தால் குணம்பெற முடியும். மாறாத வியாதிகளென்று எதுவுமில்லை. இருப்பதாகச் சொல்வது அறியாமையின் பலவீனம். அறியாமையை ஒரு நிரந்தர அபய கேந்திரமாக்கிவிடக் கூடாது. எல்லா நோய் களுக்கும் இந்தப் பூமியில் மருந்துகள் உண்டு. கண்டுபிடி.

சரியாக யோசித்துப் பார்க்கும்போது இங்கே என்ன கோளாறு? ஒன்றுமில்லை. தலைகீழாகப் புரளும் சிந்தனைகள். உறக்கமற்ற இரவுகள். பகல் முழுக்க வேலைகள். இரவின் மீது வெறுப்பு. பகல்மீது வெறுப்பு. வேலையில் வெறுப்பு. இடம் வெறுப்பு. எல்லாவற்றின் மீதும் வெறுப்பு. ஊணில்லை. உறக்க மில்லை. கனவுகள், ஒரே பதற்றம். சுத்தமான, தெளிவான பைத்தியம்.

எங்கே விழுந்தது சிடுக்கு? தாங்கமுடியாத மனவேதனை. சிறியதும் பெரியதுமான மனக் குழப்பங்கள். ஒன்றுமே சரி யில்லை. என்ன செய்யலாம். இப்படித்தான் நான் வல்லப்புழ பி.சி. கோவிந்தன் நாயர் அவர்களின் சிகிச்சையிலானேன். எரணாகுளத்திலுள்ள கிருஷ்ணன் நாயர் வாட்சு கம்பெனியின் உரிமையாளரான குட்டப்பன் நாயரின் காரில்தான் திருச்சூர் சென்றோம். காரை ஓட்டிக்கொண்டு வந்தவர் குட்டப்பன் நாயர் தான். காரில் *நர்மதா* பத்திரிகை அதிபர் ஆர்ட்டிஸ்ட் ராகவன் நாயர், எம்.பி. ஸ்டுடியோ உரிமையாளர் திரு. எம்.பி. கிருஷ்ண பிள்ளை, திரு. பெருண்ண தோமஸ் ஆகியவர்களும் இருந்தார் கள். வைத்ய ரத்னம் பி.சி. கோவிந்தன் நாயர் அவர்கள் பைத்தியம் போன்ற வியாதிகளுக்கு ஸ்பெஷலிஸ்ட் என்பதை நினைவில் வைத்துக்கொள்ளவும். நான் போகும்போது அங்கே பத்து முப்பது பைத்தியக்காரர்கள் இருந்தார்கள். கால் விலங்கிடப் பட்டவர்களும் கை விலங்கிடப்பட்டவர்களும். இப்படிப் பல நிலைகளில் இருப்பவர்கள். எல்லோருக்குமே ஒரேவிதமான சிகிச்சையாக இருக்குமென்றுதான் எனக்குத் தோன்றுகிறது. எனக்கான சிகிச்சை முறையைச் சொல்கிறேன்.

பெட் காஃபி குடித்துவிட்டுக் கக்கூசுக்குப் போவேன். அதெல்லாம் முடிந்து கை, கால், முகம் அலம்பிவிட்டு வந்ததும் தலையில் எண்ணெய் வைப்பார்கள். மிகுந்த குளிர்ச்சியைத் தரக்கூடியது இந்த எண்ணெய். திரு. பெருண்ண தோமஸ் இந்த எண்ணெயை ஒருமுறை தேய்த்துவிட்டு அன்பர் மூன்று நாட் களோ என்னமோ தூங்கிக் கிடந்ததாகக் கேள்விப்பட்டிருக் கிறேன். என்னைக் கவனிப்பதற்காக இந்த அன்பரும் என்னுட னேயே தங்கியிருந்தார். என்னைப் பரிபாலனம் செய்ய மற்றும் ஆட்கள் இருந்தார்கள். திரு. கே. பரமேஸ்வரன் நாயர் (சோபனா பரமேஸ்வரன் நாயர்), எம்.ஏ. காதர், பாறேம்மல் வாசுதேவன். இந்த பரமேஸ்வரன் நாயர் திருச்சூரில் சோபனா ஸ்டுடியோ நடத்திக்கொண்டிருப்பவர். இவர், திறமையான ஒரு புகைப்படக் கலைஞரும் நடிகரும் கலை இயக்குநருமாவார். நான், பரமு என்று அழைப்பேன். இதன் கையெழுத்துப் பிரதியை வாசிக்கக் கேட்ட ஒரே ஆள் பரமு மட்டும்தான். எனது பைத்திய நாட்களில்

பரமுவின் பிரதான வேலை கடிதம் எழுதுவதுதான். நான் சொல்வேன்; பரமு எழுதுவார். ஓரளவு பரிச்சயமுள்ள எல்லோருக்குமே அப்போது கடிதம் எழுதியிருக்கிறேன். மனவேதனையை மறப்பதற்காகத்தான் அந்தக் கடிதங்களை எல்லாம் சொல்லி எழுதச் செய்தேன். பிறகு, முன்னுரைகள்: 'விசப்பு (பசி)', 'ஜீவித நிழல்பாடுகள்' எனும் இரண்டு புத்தகங்களுக்கான முன்னுரைகள் இப்படித்தான் எழுதப்பட்டன. அக்காலகட்டத்தில் வேடிக்கையான பல சம்பவங்கள் நடந்ததுண்டு. விழிப்பது முதல் தூங்குவதுவரை நான் சொல்வதையும் செய்வதையுமெல்லாம் எழுதியெடுக்க திரு. பெருண்ண தோமஸ் ஏற்பாடு செய்யப்பட்டிருந்தார். அந்த வகைக்காக அவருக்குத் தடி சைஸில் ஒரு நோட்டுப் புத்தகம் வாங்கிக்கொடுக்கப்பட்டிருந்தது. அதில் எழுதப்பட்ட பத்துப் பன்னிரண்டு நாள் விஷயங்களை நான் வாசித்துப் பார்த்தேன். பிறகு, அதையெல்லாம் துண்டு துண்டாகக் கிழித்து எரித்துவிட்டேன். சுவாரசியமான பல விஷயங்களையும் நான் பரமுவிடம் சொல்லியிருந்தேன். அதெல்லாம் எப்போதுமே என் நினைவிலிருக்கும். எல்லாவற்றையும் சேர்த்து இந்த முன்னுரையில் காய்ச்சிவிடலாமென்று நினைத்திருந்தேன். இடையே வேறொரு விஷயத்தையும் சொல்லிவிடுகிறேன். எந்த நோயாக இருந்தாலும் குணமாகும். மருந்து மட்டுமே அதற்குப் போதாது. நோயாளியின் ஆர்வமும் இருக்கவேண்டும். எனக்கு நூறு சதவிகித ஆர்வமிருந்தது. எல்லா விவரங்களையும் இந்த முன்னுரையில் சொல்வதற்கு இப்போது நேரமில்லை. (நான் ஏற்கனவே சொல்லியிருந்தேனே? நான் இப்போது ஒரு வீடு கட்டும் ஏற்பாடுகளில் மூழ்கியிருக்கிறேன். அப்புறம், ஒரு கணவனாக முன்னேறியுமிருக்கிறேன் என்று? என் மனைவியின் பெயர் ஃபாத்திமாபி. கோழிக்கோட்டில், செறுவன்னூரிலுள்ள கோயாக்குட்டி மாஸ்டரின் சீமந்த புத்திரி. ஃபாபி என்று நான் கூப்பிடுவேன். தலைக்குச் சுகமில்லாதபோது நடந்த ருசிகரமான சம்பவங்கள் முழுவதையும் நான் ஃபாபியிடம் சொல்லியிருக்கிறேன். அதையெல்லாம் நேரம் கிடைக்கும்போது தனியாக எழுதலாம்.) நாம் பேசிவந்த விஷயம்? எண்ணெயைப் பற்றி. எண்ணெய் சரியான குளிர்ச்சிதான். ஒரு பன்னிரண்டு யானைகளுக்குப் பைத்தியம் பிடித்திருப்பதாகக் கற்பனை செய்துகொள்ளுங்கள். ஒரு யானையின் தலையில் எண்ணெயைத் தப்பளம் வைத்தால் பன்னிரண்டுமே தூங்கிவிடுமென்று சொல்வார்கள். அப்படிப்பட்ட ஒன்றை என் தலையில் வைக்கிறார்கள். ஒரு சில கசாயங்களை வாயில் ஊற்றித் தருகிறார்கள். எண்ணெய் சரியாக இறங்குவதற்காக! அப்படியே அரை மணிநேரம் இருக்க வேண்டும். இது முடிந்த பிறகு கசாய தாரை. இதுவும் குளிர்ச்சிக்காகத்தான். நான் ஒரு பெஞ்சில்

மல்லாந்து படுத்திருப்பேன். கசாய தாரை குறைந்தது ஒரு மணி நேரம் நடக்கும் என்று நினைவில் வைத்துக்கொள்ளுங்கள். இதற்குப் பிறகுதான் பிரசித்திபெற்ற இரண்டு சிகிச்சை முறைகள் நடக்கும்.

படுத்திருப்பது, மல்லாந்துதான்.

மனிதர்களின் சத்தம் கேட்கிறது.

பறவையினங்கள் சிலம்புகின்றன.

கார்களின் ஹார்ன் ஒலிக்கிறது. (நேஷனல் ஹைவேயின் பக்கம் என்பதால்.) கூடவே, ஒரு சூரியன் நன்றாகப் பிரகாசித்துக் கொண்டுமிருக்கிறது. இப்படியிருக்கும்போது என் வலது மூக்கினுள் பலா இலையில் செய்த ஒரு புனலை வைக்கிறார்கள். பிறகு அனைத்து வகையான மிளகுகளையும் இஞ்சி வகைகளையும் துளசி நீரையும் சிறு வெங்காயத்தையும் மருந்துகளையும் அரைத்துக் குழைத்து, குறிப்பிட்ட அளவு குழம்பை அதில் ஊற்றுகிறார்கள். பயங்கரமான எரிவுடன் கூடிய புகைச்சல் ஏற்படும். 'ஃபூ' என்று ஓங்கி ஒருமுறை ஊதுவார்கள். வலது மூக்கிலுள்ள குழம்பு முழுவதும் அணுகுண்டு வெடித்து வெடித்துச் சிதறுவதுபோல் என்று சொன்னால், ப்ளுங்கோஸ் டும்! என்று இடது நாசித்துவாரத்தினூடே வெளியே ஒரு குதி. அதற்குள் சூரியன் எரிந்தடங்கிப் போயிருக்கும். மனிதர்களின், பறவைகளின், கார்களின் எந்தச் சத்தமுமிருக்காது. பிரபஞ்சம்.

நிசப்தம். பூமி மட்டும் மிச்சமாகியிருக்கும். அப்போது இடது மூக்கிலும் புனல் இறக்கப்பட்டுவிடும். மருந்தும் ஊற்றப்பட்டாகிவிட்டது. 'ஃபூ' என்ற பிரசித்தி பெற்ற ஊதுதல். மீண்டும் ப்ளுங்கோஸ் டும்! பூமி தகர்ந்து தரைமட்டமாகப்போனது. எல்லாமே முடிந்துவிட்டது. ஆதியிலிருந்த அந்தகாரக் கூரிருள்.

சரியான உண்மையைச் சொல்வதென்றால் உலகத்தில் எதுவுமே நிகழவில்லை. எல்லாமே வழக்கப்படி. எனது தலைக்குள்தான் இத்தனை கோலாகலங்கள் நிகழ்ந்திருக்கின்றன. கண்கள் சரியாகத் தெரிகிறதல்லவா? ஆகவே பிறகு கண் சிகிச்சை. மூக்கில் ஊற்றியதைவிட ஆயிரமாயிரம் மிளகுவகைகளை அரைத்துச் சேர்த்ததும் புகைச்சல்களின் மகாசமுத்திரத்தைக் கடைந்து குறுக்கியெடுத்ததுமான, பேரெரிச்சல் தரும் ஒரு குழம்பு இரண்டு கண்களிலும் தீட்டப்படும். டிம்! கண்கள் இல்லை. ஏதோ ஒரு புண்ணியவான் என் கையைப் பிடித்துக் கொண்டுபோய் ஒரு பெரிய பித்தளைப் பாத்திரத்தின் முன் உட்கார வைத்தான். பிறகு ஒரே குளியல். அப்படியெல்லாம் தவறாகச் சொல்லக் கூடாது. அதன் பெயர் குளியல் அல்ல.

ஜலதாரை! அதாவது, பனிபோல் குளிர்ந்த நீரை மொண்டு மெதுவாக ஒருவன் தலையில் ஊற்றுவான்; ஒரு பத்து நிமிடத் திற்குள் எவனும் நடுங்கிப் போவான். ஆனால், இது மிகக் குறைந்தது ஒரு மணி நேரமாவது நடக்கும். அதிர்ஷ்டமென்று தான் சொல்ல வேண்டும். அப்போது நமக்குக் கண்களைத் திறக்க முடிந்தது. ஆனால், எரிச்சலும் புகைச்சலும் தீரவில்லை. பிரபஞ்சத்தை எரிச்சலுடன்தான் பார்க்க முடிந்தது.

மேலே சொன்ன எல்லா விஷயமுமே நான்கு மணிக்குப் பிறகு திரும்பவும் நிகழும். இதனிடையே கஷாயமும், குளிகை களும், நெய்யும் எல்லாமே தருவார்கள் என்பதை மனதில் வைத்துக்கொள்ளுங்கள். சிகிச்சைகளில் மிகவும் ஸ்டைலான ஒரு சிகிச்சை, நஸ்யமும் கண்ணில் குழம்பு தீட்டுவதும்தான். இந்த, கண் தீட்டுவதிலுள்ள எரிச்சலை நான் ஒரே நாளில் குறைத்துவிட்டேன். எப்படியென்று கேட்கிறீர்களா? கண் தீட்டி முடிந்த உடனே நான் மிகுந்த தைரியத்துடன் கண்கள் இரண்டையும் உடனே திறந்துவிடுவேன். இப்போது சொன்னது போல்தான். மிகுந்த தைரியத்துடன், திடமாக, “என்ன செய்துடும் பாக்குறேண்டா” என்பதுபோல். கண்களைத் திறந்தேதான் வைத் திருப்பேன். காற்றுப்பட்ட ஒரு நிமிடத்திற்குப் பிறகு பெரிய சிரம மெதுவும் இருக்காது. அந்த ஒரு நிமிட நேரம் மட்டும் மிகுந்த தைரியமும் மனத்திடமும் தேவை. அந்தக் காலகட்டத்திலும் அதற்குப் பிறகும் என்னைப் பார்க்க வந்திருந்த எல்லா ஞானவான்களது கண்களையும் நான் பலவந்தமாகத் தீட்டியிருக் கிறேன். அதில், நினைவிலிருப்பவர்களது பெயர் விவரங்களைக் கீழே கொடுத்திருக்கிறேன். தீட்டினேனா என்று சந்தேகமிருப்பவர் களது பெயர்களையடுத்து ‘சந்தேகம்’ என்று அடைப்புக் குறியிட் டிருக்கிறேன். அவர்கள் வேண்டுகோள் விடுத்தால் மறுபதிப்பில் அடைப்புக் குறியும் சந்தேகமும் தேவைப்பட்டால் பெயரையும் நீக்கிவிட ஹேதுவாகும்.

கே. பரமேஸ்வரன் நாயர்

பாறேம்மல் வாசுதேவன்

பெருண்ண தோமஸ்

எம்.ஏ. காதர்

கோபிநாதப்பணிக்கர்

ஆர்.எஸ். பிரபு

கே. சங்கரன் (அய்யர்)

சத்யன் (எக்ஸ். போலீஸ் இன்ஸ்பெக்டர் அண்ட் ஃபிலிம் ஸ்டார்)

ராமு காரியாத் (ஃபிலிம் டைரக்டர்)

ஏ.சி. ஜார்ஜ்

கே.ஏ. ஜப்பார்

எஸ்.கே. பொற்றெகாட்

திக்கோடியன்

பி. பாஸ்கரன்

என்.பி. கிருஷ்ணவாரியர் (சந்தேகம்)

வி. அப்துல்லா

எம். அப்துரஹ்மான்

என்.வி. தேவன் (சந்தேகம்)

எம்.பி. கிருஷ்ணபிள்ளை

பி.கே. பாலகிருஷ்ணன்

டி.எம். பொற்றெகாட்

கே.ஏ. ராஜன்

கொச்சப்பன்

ஜோசஃப் முண்டசேரி (சந்தேகம்)

போஞ்ஞிக்கர ராஃபி

வயலார் ராமவர்மா

எம். கோவிந்தன் (சந்தேகம்)

பாஸ்கரன் நாயர் என்.கே.

கே.கே. தாமஸ்

பொன்குன்னம் வர்க்கி (சந்தேகம்)

ஃபாபி பஷீர் (சந்தேகம்)

இவர்களைத் தவிர இன்னும் பல பெண்களின் கண்களிலும் தீட்டியிருக்கிறேன். இப்போது நான் திருமணம் செய்துவிட்டதால் இவர்களது பெயர்களை மறந்துவிட்டேன். மன்னிக்க வேண்டும். எவ்வளவு முயற்சி செய்த பிறகும்கூட நினைவுபடுத்த முடியவில்லை! கிம் பஹூனா!

இப்படியான பயங்கர சிகிச்சையினிடையேதான் ‘பாத்துமாவின் ஆடு’ எனும் இந்த தமாஷ் கதையை எழுதினேன். ஒரு மணி நேரம் எழுதியபிறகு, சோர்வு தட்டும்போது பைத்தியக்காரர்களின் அருகில் போயிருந்து சில இன்டர்வியூகள் நடத்துவது வழக்கம். பத்மநாபன் நாயர் என்னும் பெயர்

கொண்ட ஒரு பைத்தியம் எனது அணுக்கச் சீடராக கூடவே இருப்பார். நண்பர், என்னை சுவாமிஜி என்றுதான் அழைப்பார். நானொரு பிராமணன் என்பதாக அவர் நம்பியிருந்தார். ஒரு லோட்டாவில், சுத்தமான தண்ணீர் கொண்டுவந்து என் அறையில் தெளித்துச் சுத்தம் செய்வார். நான் நடக்கும் பாதைகளையும் அவர் சுத்தம் செய்வார். நண்பர், ஒரு சமஸ்கிருத பண்டிதர். பல சமஸ்கிருத ஸ்லோகங்களை எனக்குச் சொல்லிக் கேட்கச் செய்வார். இதனிடையே நான் குடித்துவிட்டு வைத்திருக்கும் சாயாவை எடுத்துக் குடிப்பார். நான் இழுத்துக்கொண்டிருக்கும் துண்டு பீடியை வாங்கி இழுப்பார். அப்போதிருந்த இரண்டு சங்கராச்சாரியார்களைப்பற்றியும் என்னிடம் பேசுவார். பிறகு கேட்டார்: "இதில் எந்தச் சங்கரர் சரியானவர் சுவாமிஜி?" நான் சொல்வேன்: "என் பெயர் வைக்கம் முகம்மது பஷீர் என்பதாகும். நானொரு அஞ்ஞானி." பெரியவர் உடனே கேட்பார்: "சுவாமிஜி, எதற்காக மறைந்து நிற்கிறீர்கள்?" இவருக்குக் கண் தீட்டுவதில் சிறு பயமிருந்தது. நான் சொல்வேன்: "நாம கண்ணுக்குக் கொஞ்சம் மருந்து போடலாமே." நண்பர் உடனே வேறு ஏதோ அறையைச் சுத்தம் செய்ய வேண்டுமென்றுச் சொல்லிவிட்டுப் போய்விடுவார்.

மற்றொருவர் இருந்தார். சுத்த மௌனி. ஜாதியில் கத்தோலிக்கக் கிறித்தவர் என்று நினைக்கிறேன். நீண்ட நாளைய முயற்சிக்குப் பிறகுதான் ஐயா என்னிடம் பேசத் தொடங்கினார். சாதாரணமாக, நான்கு மணிக்குப் பிறகான சிகிச்சைகள் முடிந்து கிழக்குப் பகுதியிலுள்ள கட்டடத்தின் வராந்தாவில் போய் மேற்குத் திசையைப் பார்த்துத் திரும்பியமர்ந்து இரண்டு முறை சிரிப்பார். பிறகு, ஒரு பீடியைப் பற்றவைத்து புகைவிட்டபடியே இங்கே வருவார். நாங்கள் பழகியபிறகு ஐயா தனது வாழ்க்கை இரகசியங்களை என்னிடம் சொன்னார்.

நான் கேட்டேன். "என்ன வேலை பார்த்துக்கொண்டிருந்தீர்கள்."

"ஐயா! பட்டாளத்தில் ஐந்து வருடங்களுக்கு முன்பு சிரியாவில் வைத்து செத்துப்போய்விட்டேன்."

நான் கேட்டேன்: "அப்புறம்?"

"ஐயா! ஆண்டவர் இப்போது என்னைப் பூமிக்கு அனுப்பியிருக்கிறார்."

குறிப்பாக, என்ன வேலைக்காக அனுப்பிவைத்திருக்கிறார் என்று நான் கேட்கவில்லை. வேறொரு தடியன் பைத்தியத்துக்கு வாழ்க்கையில் ஆக மொத்தம் ஒரேயொரு ஆசைதான் இருக்கிறது. ஒரு யானையைத் தின்ன வேண்டும்.

நான் சொன்னேன்: "எங்க உப்பப்பாவுக்கொரு ஆனை இருந்தது."

"அப்புறம், அதைத் தின்னுட்டீங்களா?"

நான் சொன்னேன்: "திங்கவில்லை. அது, ஒவ்வொரு இடங்களிலுமாக அப்படியே அலைந்து திரிகிறது."

"பிடிக்க முடியுமா?"

நான் சொன்னேன்: "தெரியவில்லை."

இப்படியாக எழுதுவதற்குப் பல வேடிக்கைகள் இருக்கின் றன. "பஷீருக்குப் பைத்தியம் பிடித்திருக்கிறது. நமக்கு மட்டும் ஏன் பிடிக்கவில்லை". சில இலக்கிய கர்த்தாக்கள் வருத்தப்பட்டுக் கொண்டதாகத் தெரிகிறது. வருத்தப்பட்டு எந்தப் பிரயோஜன மும் இல்லை. அதிர்ஷ்டசாலிகளுக்குச் சிலதெல்லாம் பிடிக்கும். சொல்வதற்கு நிறைய இருக்கிறது. நேரமில்லை. பாத்துமாவின் ஆட்டைக் கூடு திறந்து விடுவதற்கு முன் ஒரு விஷயத்தைச் சொல்ல வேண்டும். சென்ற நவம்பர் மாதம் கோழிக்கோட் டிலிருந்து வி. அப்துல்லா, எம். அப்துரஹ்மான், திக்கோடியன் என்ற மூன்று கனவான்கள் தலயோலப்பரம்பிற்கு வந்திருந்தார் கள். "'எங்க உப்பப்பாவுக்கொரு ஆனையிருந்தது' என்ற நாவலை நாடகமாக்க வேண்டும். கேரள கலோத்சவத்தில் அதை அரங்கேற்ற வேண்டும். தாமதிக்க நேரமில்லை. புறப்படலாமா?"

"சரி."

நான் அவர்களுடன் கோழிக்கோட்டுக்குப் புறப்பட்டேன். அவர்கள் அதை நாடகமாக்கி, சிறப்பாக அரங்கேற்றம் செய்தார் கள். நாடகம் வெற்றிபெற்றது. நான் பார்க்கப் போகவில்லை. காரணம் என்னவென்றால், நான் ஃபாபியைத் திருமணம் செய்து திரு. எஸ்.கே. பொற்றெகாட்டின் புதியறயிலுள்ள 'சந்திர காந்தம்' என்ற வீட்டில் பலவந்தமாக நுழைந்தேறி தேனிலவு கொண்டாடிக்கொண்டிருந்தேன். இந்த முன்னுரையை நான் மெதுவாக முடித்துக்கொண்டிருக்கிறேன். 'பாத்துமாவின் ஆடு' சும்மா வெறும் கதையல்ல. இதன் கதாபாத்திரங்களெல்லாம் ஆண்டவனின் அனுக்கிரகத்தால் இப்போதும் வாழ்ந்துகொண் டிருப்பவை. இதை எழுதி ஐந்து வருடங்களாகிறதென்று ஏற் கனவே சொல்லியிருந்தேன் அல்லவா? புதிய சில கதாபாத்திரங் களும் உருவாகியிருக்கின்றன. இது என் வீட்டின் யதார்த்தக் கதை என்பதை நினைவில் வைத்துக்கொள்ளுங்கள். கதையை எழுதும்போது இந்த முன்னுரையிலுள்ள சில விஷயங்களை நான் திட்டமிட்டே தவிர்த்திருந்தேன். அதை நினைவுபடுத்திக் கொண்டு பாத்துமாவின் ஆட்டைக் கூடு திறந்து உங்களது அருகில் விடுகிறேன்.

நல்வாழ்த்துக்களுடன் எல்லோருக்கும் சுகமும் சந்தோஷமும் விழைய பிரார்த்திக்கிறேன்.

1.3.1959

இதுவரை சொன்னதெல்லாம் பழங்கதைகள், சம்பவங்கள் நிறைந்த வருடங்கள். நேற்றுவரையிலான அனேகக் கோடி ஆண்டுகளில் கலந்துபோன காலங்கள்.

இப்போது கோழிக்கோட்டையடுத்த பேப்பூரில் தங்கியிருக்கிறேன். வைலாலில் வீட்டில். வைக்கம், தலயோலப் பரம்பிலிருந்து நீண்ட தொலைவில்.

தலயோலப்பரம்பில் பன்னிரெண்டு சென்ட் பூமியில் சுமாரான அழகில் வீடு கட்டி ஃபாபி பஷீரும் மகள் ஷாஹினாவும் நானும் வாழ்ந்துகொண்டிருந்தோம். அப்போது என் மனைவியின் தாயும் தகப்பனும் திடீரென்று இறந்துபோய் விட்டதால் நாங்கள் கோழிக்கோட்டையடுத்த செறுவன்னூருக்கு வந்தோம். மனைவியுடன் பிறந்தவர்கள் நான்கைந்துபேர்களுண்டு. எல்லோருமே இவளுக்கு இளையவர்கள்.

தலயோரப்பரம்பில் கட்டிய புதிய வீட்டை விற்று பேப்பூரிலுள்ள இந்தப் பழைய வீட்டையும் தோட்டத்தையும் வாங்கி வாழ்ந்துவருகிறோம். இது மிகவும் அமைதியான சூழல்கொண்ட இரண்டு ஏக்கர் தோட்டம். தேங்காய், மாங்காய், பலா போன்ற பல விருட்சங்களும் இதிலுண்டு. பஸ் போக்குவரத்துள்ள ரோட்டையடுத்த இந்தத் தோட்டத்தின் மரங்களில் பறவைகள், கீழே, நல்ல பாம்புகள், சாரைப் பாம்புகள், பெரிய பெரிய கருந்தேள்கள், ஆயிரமாயிரம் எலிகள், காட்டுப் பூனைகள், புனுகுப் பூனைகள், குறு நரிகள். குறு நரிகளும் காட்டுப் பூனைகளும் இரவு நேரங்களில்தான் வரும். கோழிகள், ஆடுகள், பசுக்கள், பூனைகள், நாய்கள் என எல்லா விலங்கினங்களும் உண்டு. இரண்டு வாத்துகளுமிருந்தன. இப்போது காணவில்லை. நரி ஏதாவது தின்றிருக்குமோ?

கொஞ்சம் தேங்காயும் மாங்காயும் பலாப்பழங்களும் கிடைக்கும். விற்றால் காசு கிடைக்குமே! புத்தகங்கள் மூலமும் கொஞ்சம் பணம் வரும். பழைய சுதந்திரப் போராட்டக்காரன் என்பதால் அரசாங்கப் பென்ஷனும் கிடைக்கிறது. தாமிரப் பத்திரங்களும் உண்டு.

'பாத்துமாவின் ஆடு', 'பால்யகால சகி', 'எங்க உப்பப்பாவுக்கொரு ஆனை இருந்தது' ஆகிய மூன்று கதைகளையும் இந்தியாவில் பதினான்கோ பதினெட்டோ மொழிகளில் மத்திய சாகித்ய அகாதமியும் நேஷனல் புக் டிரஸ்ட் ஆஃப்

இந்தியாவும் மொழியாக்கம் செய்து புத்தகங்களாக்கி வெளியிட்டிருக்கின்றன.

மேலே சொன்ன மூன்று புத்தகங்களையும் எடின்பரோ பல்கலைக்கழகத்தில் டாக்டர் ரொனால்ட் ஆஷரின் தலைமையில் ஆங்கிலத்தில் மொழியாக்கம் செய்து எடின்பரோ பல்கலைக் கழக அச்சகம் ஒரே புத்தகமாக அழகாக வெளியிட்டிருக்கிறது.

நாங்கள் இங்கே ஓரளவு சுகமாக, ஏதோ வாழ்ந்து வருகிறோம். நல்ல பாம்புகள், சாரைப் பாம்புகள், கருந்தேள்கள் போன்றவைகள் எல்லாம் தினந்தோறும் வராது. ஆனால் நரிகள் தினமும் வரும். நாங்கள் ஏற்கனவே அறிமுகமானவர்கள். சாயங் காலத்திற்கு முன்பே பத்து அறுபது நரியர்கள் என் நேரெதிரில் கேட்டுக்குப் பின்புறம் வந்து நின்று எனக்கு ஏதோ உதவி செய்வதுபோல் பெருங்குரலெடுத்து வாள்வாளென்று ஊளை யிடத் தொடங்கும். நான் சத்தம்போட்டுத் திட்டுவேன்.

"கழுவேறிக்குப் பெறந்ததுகளே, உங்களுக்கெல்லாம் வெக்கமே கிடையாதா? இப்பிடிக் கிடந்து சத்தம்போட்டு ஆர்ப்பாட்டம் செய்றீங்களே?"

அப்போது நரிகள் வெட்கப்பட்டு பேசாமல் ஓடிவிடும். இவை, வீட்டிலுள்ள கோழிகளைச் சிலநாட்களில் ராத்திரி நேரங் களில் வந்து கடித்துத் தூக்கிக்கொண்டுபோய் சாப்பிடுவதும் உண்டு. நான் கண்டுகொள்ளவேமாட்டேன். கோழிகள் மனைவி யின் உடைமை. முட்டைகள் அப்படியொன்றும் எனக்கு வழக்க மாகக் கிடைப்பதில்லை.

நான் ஐந்தாறு தரமான வியாதிகளுக்குச் சொந்தக்காரன். ஏலாதவனாகவும் வயதான ஏலாதவனாகவும் வாழ்ந்துகொண் டிருக்கிறேன். நிறைய வயதாகிவிட்டது. இருந்தாலும் சிரிக்க முடிகிறது. வீட்டில் ஃபாபி பஷீர், ஷாஹினா ஹபீபு, அனீஷ் பஷீர் ஆகியோர் இருக்கிறார்கள். அனீஷ் பஷீர் படிக்கிறான். ஷாஹினாவின் கணவர் பி.கே. முகம்மது ஹபீபு.

மகள் ஷாஹினா – ஹபீபின் ஒரு வயது மகன், முல்லு ஹபீபு.

அப்படியாக நான் இப்போது ஒரு பெரிய தாத்தாவாக அலட்டித் திரிகிறேன். எப்போது சுருண்டுவிழுந்து செத்து கால வெளிக்குள் மறைந்துபோவேன் என்று தெரியவில்லை. மரணம் வரும்போது வரட்டும். உலகில் சாந்தியும் சமாதானமும் நிலவட்டும்.

01.10.1981   **வைக்கம் முகம்மது பஷீர்**

ஒன்று

பாத்துமாவின் ஆடு, அதாவது பெண்புத்தி என்ற வேடிக்கைக் கதையை நான் இதில் சொல்லப் போகிறேன்.

நெடுங்காலமாக அலைந்து திரிந்த ஏகாந்த வாழ்க்கைக்குப் பிறகு, மூக்கு நுனியில் கோபத்துடன் நான் வைக்கம் நகரையடுத்த தலயோலப்பரம்பில், என் வீட்டுக்குத் திரும்பி வந்தேன். ஆர்ப்பாட்டமான வரவேற்பு. எனக்கோ காரணமில்லாமல் கோபம் வந்து கொண்டிருந்தது. மனப்புகைச்சலுடன் அமர்ந்திருந்தேன். என்வீடு . . . இதில் நான் யாரைக் குறைபட்டுக்கொள்ள முடியும்?

பத்துப் பதினைந்து வருடங்களாவது இருக்கும், நான் என் வீட்டில் வந்து இப்படி நிரந்தரமாகத் தங்கி! எப்போதாவது சில இரவுகளை மட்டும் இங்கே கழித்த ஞாபகங்கள் இருக்கின்றன. நான் மட்டும் தனியாக தங்கியிருப்பதற்கென்று வீட்டின் எதிரில், ரோட்டோரத்தில் ஓடு வேய்ந்த சிறு கட்டடமிருந்தது. இதைக் கட்டும் போது நான் கல்லும் மண்ணும் சுமந்திருக்கிறேன். சிரமப்பட்டு உழைத்திருக்கிறேன். அழகுக்காகவும் அமைதியான சூழலுக்காகவும் இதில் நான் பல வேலைப்பாடுகளைச் செய்ததுண்டு. உயரமாகக் கல்கட்டி, வெள்ளை மணல் தூவிய முற்றத்தைச் சுற்றிலும் அழகழகான செடிகள் இருந்தன. மலர்ப்பந்தலில் முல்லையும் பிச்சிப்பூவும் படர்த்தப்பட்டிருந்தன. முற்றத்தின் ஓரங்களில் கொய்யா மரங்கள் வளர்ந்துகொண்டிருந்தன. குடிப்பதற்கும் குளிப்பதற்குமென அங்கே இரண்டு குளங்களுமிருந்தன. என் உபயோகத்திற்கு மட்டும் ஒரு ஸ்பெஷல் கக்கூஸ். தோட்டம் நிறைய தென்னையும் வாழையும் மற்றும் பல வகையான விருட்சங்களையும் நட்டு வளர்த்தினேன். இதில் மாமரங்களும் உண்டு. சாலையின் ஓரத்திலும்

எல்லைகளிலும் அழகழகான அன்னாசிச் செடிகள். தோட்டத்தைச் சுற்றிலும் ஆறடி உயரத்தில் தென்னையோலையும் முள்ளும் பொதிந்த வேலி. முன்புறம், மரச்சட்டமிடப்பட்டதும் எப்போதும் பூட்டிக்கிடப்பதுமான ஒரு கேட்டு. பாதசாரிகள் அதனூடே பார்த்தால் செடிகளும் பூக்களுமெல்லாம் அழகாகத் தெரியும்.

நான் அந்தச் சிறுவீட்டில் தனியாக வசித்தேன். சாயாவும் பலகாரமும் சாப்பாடும் என் உம்மா, அதாவது அம்மா கொண்டுவந்து கேட்டின்மீது உயர்த்தித் தருவாள். அப்படி யெல்லாம் சுலபமாக நான் யாரையும் உள்ளே அனுமதித்து விடமாட்டேன். நிம்மதியாக உட்கார்ந்து எழுதுவேன். அல்லது எதையாவது வாசிப்பேன். இரண்டுமில்லையென்றால் செடிகளை யும் மரங்களையும் சீராட்டியபடி உலாத்திக் கொண்டிருப்பேன். அப்படியிருக்கும்போது ஒருநாள், நான் ஊர் சுற்றக் கிளம்பினேன். வர்க்கலையில் சிவகிரி, மதராசி, எரணாகுளம், கோயமுத்தூர் போன்ற ஊர்களில் மூன்று வருடங்கள் தங்கியிருந்தேன். பிறகு உடம்புக்குச் சரியில்லாமல் போய், அமைதியைத் தேடி இங்கே திரும்பி வரும்போது, நான் தங்கியிருந்த அந்தச் சிறுவீட்டை எனக்கு நேரே இளையவனான அப்துல்காதர், வாடகைக்கு விட்டிருந்தான். எக்ஸைஸ் இன்ஸ்பெக்டர் ராமன்குட்டி, சமையல் காரனுடன் அங்கே நிம்மதியாகக் குடியிருந்தார். ஐயாவுக்கு வீடு ரொம்பப் பிடித்துப் போயிருந்தது. 'இருந்தாலும் மாறிவிடு கிறேன்' என்றார். ஆனால், அந்தக் கிராமத்தில் வேறு வீடு கிடைப்பதற்கு எந்த மார்க்கமுமில்லை. என்ன செய்வது?

அப்பாடா! அப்படியாக நான் என் வீட்டில் குடியேறினேன். அமைதி, சாந்தம். பிறகு, முழுமையான ஓய்வு. இதுதான் இப்போது எனக்குத் தேவை. ஆரோக்கியத்தை மீட்டெடுக்க வேண்டும். மனதிற்கு சங்கடத்தையேற்படுத்தும் தொந்தரவுகளோ, சத்தங்களோ எதுவுமிருக்கக்கூடாது. ஆனால், நான் தொந்தரவுகளின், ஆர்ப்பாட்டங்களின், சத்தங்களின் நடுவில் தானிருந்தேன். நட்ட நடுவில்!

ஓலை வேய்ந்த இரண்டு அறைகளும் ஒரு சமையலறை யும் இரண்டு வராந்தாக்களும் கொண்ட சிறு கட்டிடம்தான் என்வீடு. இதில் யாரெல்லாம் இருக்கிறீர்கள் என்றா கேட்டீர்கள்?

என் உம்மா, எனக்கு நேரே இளையவனான அப்துல்காதர், அவனுடைய பெஞ்சாதியான குஞ்ஞானும்மா, இவர்களின் செல்லப் புத்திரர்களான பாத்துக்குட்டி, ஆரிஃபா, சுபைதா, அப்துல்காதருக்கு இளையவனான முகம்மது ஹனீஃபா, இவனுடைய பெஞ்சாதி ஐசாம்மா, இவர்களின் அருமந்த

வைக்கம் முகம்மது பஷீர்

வாரிசுகளான ஹபீபுமுகம்மது, லைலா, முகம்மது ரஷீது; ஹனீஃபாவுக்கு இளையவளான ஆனும்மா, இவளுடைய கணவனாகிய சுலைமான், இவர்களுடைய அருமந்தப் புதல்வன் செய்துமுகம்மது, அப்புறம் என் கடைசித்தம்பி அபூபக்கர் என்னும் அபூ.

மனிதர்களாக இவ்வளவு பேர்கள்தான். இன்னும் இருக்கின்றன, மற்ற விஷயங்கள். எங்கிருந்தோ வந்து குடிபுகுந்த, உம்மாவிடம் அடைக்கலம் தேடிய சில பூனைகள்; இவைகளுக்குப் பயந்து மாடியில் எந்நேரமும் ஓடித்திரியும் நூற்றுக்கணக்கான எலிகள்; கூரையின் மீதமர்ந்து, கரைந்து ஆர்ப்பாட்டம் காட்டும் ஏராளமான காக்கைகள்; அனைத்திற்கும் மேலாக என் உம்மாவின் ஏகபோக சொத்துகளான, வீட்டைத் தங்கள் ஆளுகைக்குள் வைத்திருக்கும் பத்து நூறு கோழிகள், இவற்றின் எண்ணற்ற குஞ்சுகள். இதையெல்லாம் கொத்திக் கொண்டுபோய் ஜீவனோபாயம் செய்து வாழும் கழுகுகளும் பருந்துகளும் மரங்களில்.

வீட்டில் எப்போதுமே ஆரவாரம்தான். சந்தைக்கடை ஆரவாரம். ரசீதும் சுபைதாவும் இன்னும் தவழ்ந்து நகரத் தொடங்கவில்லை. தாய்ப்பால் குடிக்காத நேரங்களில் இவர்கள் அழுதுகொண்டிருப்பார்கள். நடக்கத் தொடங்கியிருந்த ஆரிஃபாவும் நல்ல அழுகை வீராங்கனைதான். இவளைவிடக் கொஞ்சம் மூத்தவர்களான லைலாவும் செய்து முகம்மதுவும் திறமையான அழுகையாளர்கள்தான். அபியும் பாத்துக்குட்டியும் கூட சளைக்காமல் அழுவார்கள். ஹபீபு முகம்மது என்னும் பெயர் பாடசாலையில் மட்டும்தான். வீட்டில் கூப்பிடுவது அபி. தன்னை அவன் 'பி' என்று சொல்லிக்கொள்வான். அவனும் பாத்துக்குட்டியும் ஒன்றாம் வகுப்பில் படிக்கிறார்கள். அனைவருமே அழுவதில் திறமைசாலிகள்தான். பிடிவாதம் பிடிப்பவர்களும்கூட. குழந்தைகள், பூனைகள், கோழிகள், பெண்டிர், பருந்துகள், எலிகள், காகங்கள் இவர்கள் அனைவருமாகச் சேர்ந்து நல்ல ஒரு மேளக் கச்சேரி நடத்திக் கொண்டிருந்தார்கள்.

நான் சொன்ன இந்த ஆர்ப்பாட்டத்தினிடையே பார்க்கும் போது ஒரு ஆடு வந்திருக்கிறது.

பெண்ணாடுதான். தவிட்டு நிறம். நல்ல சுறுசுறுப்பு. அதிகாலையில் அது, என் வீட்டுக்கு வந்து சமையலறைக்குள் புகுந்து ஏதாவது நாஸ்தா சாப்பிடும். பிறகு, உள்கூடத்தில் வந்து தூங்கிக் கிடக்கும் குழந்தைகளின் மீது நடந்து அவர்களை எழுப்பிவிட்டு முற்றத்திலிறங்கி இரவில் விழுந்த பலாமர இலைகளை அவசர அவசரமாகத் தின்னத்தொடங்கும்.

பாத்துமாவின் ஆடு

முற்றத்தில் ஓர் ஓரமாக நின்றிருந்த பலாமரம் வயோதிகப் பருவத்தைக் கடந்திருந்தது. ஆனாலும் காய்பலனிருந்தது. எத்தனை ஆடுகளுக்கு வேண்டுமானாலும் தின்னத்தருவதற்கு அதில் இலைகளுமிருந்தன. இலைகளையெல்லாம் வேகமாகத் தின்று தீர்த்துவிட்டு முற்றத்தின் இன்னொரு ஓரமாக நிற்கும் சாம்பமரத் தின் கீழ் செல்லும். அங்கு உதிர்ந்து கிடக்கும் சாம்பக்காய்களை எல்லாம் தின்று தீர்த்துவிட்டு நிமிர்ந்து மேலே பார்க்கும். இளஞ்சிவப்பில் அமிழ்த்தியெடுத்த பெரிய பனித் துளிகள்போல் பச்சை இலைகளினிடையே சாம்பக்காய்கள் குலைகுலை யாகக் கிடந்தன. என்ன செய்யலாம்? ஆடு, இரு பின்னங் கால்களையூன்றி எம்பி நின்று தாழ்ந்த கிளையில் இருந்த காய்களைத் தின்பதற்கு முயன்றது. எட்டவில்லை. இந்த சாம்ப மரத்தின் தாழ்ந்த கிளையை இப்படி உயரத்தில் இழுத்துக் கட்டியது யார்?

அப்படியே யோசித்துக்கொண்டு நிற்கும்போது பழுத்த பலா இலையொன்று விழும். ஆடு, முற்றத்தில் ஓடிச்சென்று அதை நக்கியெடுத்து ருசியாக சுவைத்துத் தின்னும். அப்போது, உம்மாவோ குஞ்ஞானும்மாவோ ஐசாம்மாவோ ஆனும்மாவோ முற்றம் பெருக்குவதற்காக துடைப்பத்துடன் வருவார்கள். ஆடு ஓடி வீட்டுக்குள் புகுந்து ஒவ்வொரு இடங்களாகப் போய் எதையாவது தேடித்திரியும்.

இந்த ஆடு யாருடையது? எவ்வளவு உரிமையாக இது நடந்து கொள்கிறது? எங்கெங்கெல்லாம் நுழைகிறது. என்ன வெல்லாமோ செய்கிறது. ஆனாலும், யாரும் எதுவும் சொல்வ தில்லை. கேட்பாரும் கேள்வியுமில்லாத வீடா?

நான் சாய்வு நாற்காலியில் முன்புற வராந்தாவிலிருக்கும் போது அறைக்குள் யாரோ காகிதத்தைக் கிழித்தெடுக்கும் சத்தம் கேட்டது. ஜன்னல் வழியாக உள்ளே பார்த்தேன். ஆச்சரியம்! ஆடு என் படுக்கையில் ஏறி நின்று புத்தகத்தைத் தின்றுகொண்டிருந்தது.

பெட்டியின்மீது 'பால்யகால சகி', 'சப்தங்கள்' ஆகிய புத்தகங்களின் புதிய பதிப்பில் ஒவ்வொரு பிரதிகள் இருந்தன. இதில் 'பால்யகால சகி'யை ஆடு இப்போது சாப்பிடுகிறது. முன்காலால் மிதித்துப் பிடித்தபடி இரண்டு மூன்று பக்கங்களாகச் சேர்த்து நக்கியெடுத்து வாயிலிட்டு ஸ்டைலாக அரைத்துத் தின்கிறது. தின்னட்டும். நல்ல ஆடுதான் . . . 'சப்தங்கள்' இருக் கிறதே? தொடர்ந்து விமர்சன பீரங்கிக் குண்டுகளை ஏற்ற சிறுபுத்தகம்! இருந்தாலும் அதன் உள்ளடக்கம் கனமானதுதான். அந்தப் புத்தகத்தைத் தின்பதற்கு ஆட்டுக்குத் தைரியம் வருமா?

எந்தவிதத் தயக்கமுமில்லாமல் 'பால்யகால சகி' உள்ளே போனது. பிறகு, 'சப்தங்க'ளைச் சாப்பிடத் தொடங்கியது. இரண்டு நிமிடத்திற்குள் முழுவதையும் சாப்பிட்டுத் தீர்த்தது. பிறகு என் போர்வையை தின்னத் தொடங்கியது. நான் துள்ளிக் குதித்து ஓடிச் சென்றேன்.

'ஹே *அஜசுந்தரியே! பவதியே, அந்தப் போர்வையைத் தின்னாதே! அது நூறு ரூபாய் கொடுத்து வாங்கியது. அந்தப் போர்வையின் வேறு பிரதியெதுவும் என்னிடம் இல்லை. என் புத்தகங்களின் பிரதிகள் இன்னும் இருக்கின்றன. பவதிக்கு வேண்டுமானால் நான் அதைத் தருவித்து இலவசமாகத் தருகிறேன்.

ஆட்டை வெளியே விரட்டினேன். அது பலாமரத்தடிக்கு ஓடியது. அங்கே இரண்டு மூன்று இலைகள் உதிர்ந்து கிடந்தன. தாயம்மாள், அவற்றைத் தின்னத் தொடங்கினாள்.

நான் உம்மாவைக் கூப்பிட்டுக் கேட்டேன்:

"இந்த ஆடு யாரோடது உம்மா?"

உம்மா சொன்னாள்:

"நம்ம பாத்துமாவோட ஆடுதான்."

"ஓ . . . அதனால்தான் இதுக்கு இவ்வளவு சுதந்திரமா?"

பாத்துமாவின் ஆடு . . . விஷயம் பிடிபட்டது. நேரம் விடிவதற்கு முன் பாத்துமா அதை அவிழ்த்து விட்டுவிடுவாள்.

"அந்தப் பலாவிலையை எல்லாம் அவளுங்க கூட்டித் தூர எறியதுக்கு முன்னால நீ போய் வயிறு நிறைய தின்னு எந்தங்கமே" என்று உபதேசம் செய்து அனுப்புவாள். ஆடு ஒழுங்கு மருவாதியாக பொதுச் சாலை வழியாக வீட்டுக்கு வந்து சேரும். அப்புறம் என்ன? கணிசமான அளவுக்குத் தொந்தரவுதான்.

இந்த ஆட்டுக்கார பாத்துமா என்னுடைய சகோதரி. அப்துல்காதருக்கு நேர் இளையவள். தங்கியிருப்பது ஒன்றரை பர்லாங் தூரத்திலிருக்கும் சந்தையின் பின்புறம். அவளது புருஷனான கொச்சுண்ணிக்கு காலையில் சாயாவும் பலகாரமும் செய்து கொடுத்து அவனை வியாபாரத்திற்கு அனுப்பி வைப்பாள். ஐயா, பலவிதமான வியாபாரங்களும் செய்து பார்த்தவர். இப்போது கயிறு வியாபாரம் செய்துகொண்டிருக்கிறார். சாயங் காலத்திற்குப் பிறகுதான் திரும்பி வருவார்.

---

* அழகான ஆடு

கொச்சுண்ணி போனதும் பாத்திரங்களை எல்லாம் கழுவி குப்புறக் கவிழ்த்து வைத்துவிட்டு தனது மகள் கதீஜாவுடன் நேராக வீட்டுக்கு வருவாள். அந்த வருகையே ஒரு தனி அழகாகத் தானிருக்கும். கதீஜாவும் வால்போல் பின்னால் ஒட்டிக்கொண் டிருப்பாள். கனவுலகில் மிதப்பதுபோல் நடப்பாள் பாத்துமா. வீட்டுக்கு வந்த உடனேயே பாவம் மாறிவிடும். அவளது குரல்தான் மேலோங்கி நிற்கும். அதற்கான தேவையுமிருக்கிறதே? அவள்தான் உம்மாவின் மூத்த மகள். எனவே, வீட்டில் கொஞ்சம் அதிகப்படியான அதிகாரங்கள் இருக்கத்தானே செய்யும்?

பாத்துமா வந்து ஏறும்போது நான் ஓரக்கண்ணால் கவனித் தேன். பாத்துமாவின் ஆடு நிற்கிறது; உம்மா இருக்கிறாள்; தங்கை இருக்கிறாள்; இரண்டு நாத்தனார்கள். என்ன நடக்கப் போகிறதோ?

பாத்துமா உள்ளே போய் தங்கையிடமும் உம்மாவிடமும் நாத்தனார்களுடனும் சிறு அதிகாரத்துடன் கேட்டாள்:

"யாராவது என் ஆட்டுக்குக் கஞ்சித் தண்ணி வச்சீங்களா?"

உம்மா சொன்னாள்:

"இங்கியே நூறு கூட்டம் வேலை கெடக்கு. இதுல ஒன் னோட ஒரு ஆடு."

பாத்துமா நாத்தனார்களிடம் ஏதேதோ கேட்கிறாள். தங்கை யைப் பார்த்து சற்று சினந்து வைத்தாள்.

"உன்னிய எனக்கு நல்லாத் தெரியும்டீ"

ஆனும்மா இதற்கு என்ன பதில் சொன்னாள் என்பது தெரியவில்லை. பாத்தும்மா, உம்மாவிடம் தனது வாழ்க்கைக் கஷ்டங்களைப் பிரஸ்தாபித்தாள். நிறைய வேதனைகள். பிறகு, ஒரு குத்தலுடன் அறிவித்தாள்:

"நீங்க யாரும் எதுவும் செய்யவேணாம். என் ஆடு குட்டி போடட்டும். பிறகு, பார்த்துக்கலாம்?"

தனது ஆடு பிரசவித்தபிறகு பாத்துமா இந்த உலகோரிடம் எதை அறிவுறுத்தப் போகிறாள்?

சாம்பமரம் காய்களால் புன்னகைத்துக் கொண்டிருந்தது. நான் அதைப் பார்த்தபடியே சாய்வு நாற்காலியில் மேற்கு பார்த்துத் திரும்பிப் படுத்திருக்கும்போது மியாவ்... மியாவ் என்ற அருவருப்பான குரலுடன் அந்த அகதிப் பூனைகள் என் பக்கத்தில் வந்தன. அதிலொன்று உற்சாகத்துடன் துள்ளிக்

குதித்து என் மடியில் உட்கார்ந்துகொண்டது. இந்தப் பூனை பெரிய அளவில் சுத்த பத்தமாக ஒன்றுமில்லை.

எதற்காக என் மடியில் வந்து உட்கார்ந்திருக்கிறது? எங்களுக்குள் எந்த முன்பரிச்சயமும் கிடையாது. ஒருவேளை, பார்த்ததுமே பிடித்துப் போயிருக்கலாம். சரி, உட்கார்ந்துவிட்டுப் போகட்டும்... அப்படியே சாலையைப் பார்க்கும்போது நிறைய குமரிப்பெண்கள் போகிறார்கள். ஹைஸ்கூலில் படிப்பவர்கள். எல்லாரும் என்னையே பார்க்கிறார்கள். அழகழகான மாணவிகள். கூர்மையான பார்வை.

என்ன விஷயம்?

பாத்துமாவின் ஆட்டின் முதுகில் ஒரு காகம் வந்தமர்ந்தது. காகத்தையும் சுமந்துகொண்டு ஆடு என் எதிரில் வந்து நின்றது. 'ஏற்கனவே பார்த்தது மாதிரியான ஞாபகம் எதுவுமில்லையே' என்பதுபோல் காகம் இலேசாகத் தலைசாய்த்து என்னைப் பார்த்தது.

பக்கத்தில் சிமெண்ட் திண்ணையிலமர்ந்து நிறைய கோழிகள் எதையெதையோ கொத்திப் பொறுக்கிக் கொண்டிருந்தன. அந்தக் கூட்டத்தின் கடையோரமாக அந்தக் காகம் வந்தமர்ந்தது.

இதற்கு இங்கே என்ன உரிமை இருக்கிறது என்பதுபோல் கோழிகள் பார்த்தன. காகத்திடம் எந்தத் தயக்கமும் தென்படவில்லை. 'நான்தான் இந்த இடத்திற்குச் ஏகபோக அதிபதி' என்பதுபோல் அதுவும் கொத்திப் பொறுக்கத் தொடங்கியது.

சபைக்கு அப்போது ஒரு வெள்ளைப் பூனை வந்தது. கூட்டத்தில் நின்றிருந்த கருங்கோழிக்கு இது அவ்வளவாக ரசிக்கவில்லை. அது, பூனையின் தலையில் ஒரு கொத்து வைத்தது. பூனை சீறியது. வாலை உயர்த்தி ரோமங்களைச் சிலிர்த்துக் கொண்டு இந்த வீட்டில் எங்களுக்கு உரிமையிருக்கிறதா இல்லையா என்பதை நிரூபித்துக் காட்டுகிறேன்; தைரியமிருந்தால் இன்னொருமுறை கொத்து பார்க்கலாமே' என்பதுபோல் நின்றது.

"உம்மா இங்க பாரு" என்ற கனத்த சத்தத்துடன் அந்த இடத்திற்குத் துவைத்து இஸ்திரிபோட்ட உடைகளும் சீவி மினுக்கிய தலைமுடியும் சத்தமெழுப்பும் செருப்புகளுமாக என் கடைசித் தம்பி அபூபக்கர் வந்தான். இவன் வெறும் 'அபூ'வாகத் திரிபவன். ஐயா ஒரு லெஃப்டிஸ்ட் என்பதாகக் கேள்வி. தினமும் இரண்டு தடவை உடை மாற்றுவான். அவனிடம் அறுபது ஜோடி செருப்புகள் இருக்கிறதென்று உம்மா சொல்லியிருந்தாள். நூல்போல் ஒடிசலாக இருப்பான். ஆனாலும்

நல்ல சவுண்ட் விடுவான். பெரிய சிங்காரியும்கூட. நான் வந்த உடனே அவனது இருப்பிடத்தைக் காலி செய்யவைத்தேன். வீட்டிலிருந்த எனது அறையில் ஒரு சர்வாதிகாரிபோல் அவன் வாழ்ந்து கொண்டிருந்தான். அந்த அறை, நானும் அப்துல்காதரும் உட்கார்ந்து படிப்பதற்காக வாப்பா முன்பு வீட்டோடு சேர்த்துக் கட்டியது. நான் அப்துல்காதரை அந்த இடத்திலிருந்து அப்போதே காலி செய்ய வைத்துவிட்டேன். பிறகு, அவன் உம்மாவுடன் படுத்துக்கொண்டான். அப்துல்காதரின் தலை இப்போது நரைத்துப்போயிருந்தது. பார்ப்பதற்கு என் அண்ணனைப் போலிருந்தான். பழைய, என் அறைக்கு இணையான வேறொன்றை இப்போது வீட்டின் இந்தப் பக்கத்தில் கட்டியிருந் தான். அதில்தான் இப்போது ஹனீஃபாவும் பெஞ்சாதியும் பிள்ளைகளும் இரவைக் கழிக்கிறார்கள். அபூவின் ஜாகையை நான் காலி செய்ய வைத்தபோது அவன் தனது பெட்டிகள், புத்தகங்கள், விளக்கு, படுக்கை என அனைத்தையும் எடுத்துக் கொண்டு ஹனீஃபாவின் அறைக்கு மாறினான்.

அபூவின் சத்தத்தைக் கேட்டதும் பூனைகள் ஓடின. காகம் பறந்தகன்றது. கோழிகள் நாலா திசைகளில் பாய்ந்தன. பாத்துமா வின் ஆடு தூரத்தில் பெண்களிருக்கும் இடத்தைப் பார்த்து ஓடியது. குழந்தைகள் அழுவதை நிறுத்திக் கொண்டன. பருந்து களும் கழுகும் நிசப்தமாக எங்கோ ஒளிந்து கொண்டன. பெண்களின் பேச்சுச் சத்தம் நின்றது. வீடு அமைதியானது.

அபூவின் குரல் மட்டும் உயர்ந்தது:

"பெரிய *காக்கா இதையெல்லாம் பாத்துட்டு சும்மா இருக்கீங்களே? பூனைங்க, குழந்தைங்க, கோழி, காக்கை, ஆடு... ஆட்டுக்கு தீனிபோட இந்த இடந்தானா கிடைச்சுது? எல்லாத் தையும் நான் ஒரு வழி பண்ணிர்றேன் – உம்மா அந்தக் கம்பைக் கொஞ்சம் இங்க எடுத்துட்டு வாங்க."

பாத்துமா உடனே மனச்சங்கடத்துடன் சொல்லும் ஆவலாதி கேட்டது:

"கதீஜா, நம்ம ஆட்டைக் கூப்பிடு. நமக்கு இந்த வீட்டுலே எந்த உரிமையுமே இல்லேன்னு தெரிஞ்சி போயிடுச்சி. வா, போகலாம். என் செல்ல உம்மா, நாங்க போறோம்."

அபூ குரலுயர்த்தினான்:

"எனக்கும் இந்த வீட்டுக்குள்ள ஏதாவது உரிமையிருக்கா என்கிறதை நானும்தான் பாத்துர்றனே? இன்னைக்கு அனீபா

---

* அண்ணன்

காக்காவையும் பெஞ்சாதி பிள்ளைங்களையும் நான் குடியிறக்குவேன்."

நானும் குரல் கொடுத்தேன். பெருங்குரல்:

"டேய், இனிமேல் இந்த வீட்டுல உன்னோட குரலே கேட்டுடப்புடாது. எலும்பை நொறுக்கிடுவேன். ஈர்க்கிலுபோல இருந்துட்டு அவன் தொண்டையைத் திறக்கறதைப் பாரேன். டேய், அனீபாவை இறக்கிவிட்டா அவனும் பெஞ்சாதிப் பிள்ளைங்களும் எங்கடா போய் இருப்பாங்க?"

அபூ மெதுவாகச் சொன்னான்:

"அனீபா காக்கா அவரோட எஸ்டேட்லே ஒரு வீடு வச்சு இருக்கட்டும்."

அது சரி. அப்படியொரு தகவலுமிருந்தது. வீடு கட்டுகிற விஷயத்தைப் பற்றி ஹனீஃபா ஏற்கெனவே என்னிடம் சொல்லியுமிருக்கிறான். இரண்டு மைல் தூரத்தில், குன்றின் சரிவில், ரோட்டையடுத்து எண்பது செண்டில் அவன் நிலம் வாங்கியிருந்தான். அதில் இப்போது நேந்திரம்வாழையும் மரவள்ளிக் கிழங்கும் மாமரங்களும் வைத்து விவசாயம் செய்து வருகிறான். அந்த இடத்தில் ஒரு வீடு வைக்க வேண்டும். அதற்கான உதவிகளை அவன் என்னிடமிருந்து எதிர்பார்க்கிறான். அதிகாலையில் நான்கு மணிக்கு எழுந்து நடந்து போய் மரங்களுக்கு தண்ணீர் ஊற்றிவிட்டு ஏழு மணிக்குத் திரும்பி வருவான். பிறகு, அபியையும் லைலாவையும் அழைத்துக்கொண்டு ஆற்றுக்குக் குளிக்கக் கிளம்புவான். வாப்பாவும் பிள்ளைகளும் நல்ல நண்பர்கள். அவர்களுடைய தோட்டத்தில் வீடு வைத்தால் என்னையும் அங்கே அழைத்துக்கொண்டு போவதாக அபியும் லைலாவும் சொல்லியிருக்கிறார்கள். இதை செய்து முகம்மதுவும் சொல்லியிருக்கிறான். அவனும் அவனுடைய உம்மாவான ஆனும்மாவும் வாப்பா சுலைமானும் வீட்டையடுத்த தோட்டத்தில் ஒரு வீடு கட்டிக் கொண்டிருந்தார்கள். அதற்கான மரவேலைகள்கூட முடிவடைந்துவிட்டன. கல்லும் இறக்கி வைக்கப்பட்டிருந்தது. ஹனீஃபா இதில் எதையுமே செய்திருக்கவில்லை.

நான் சொன்னேன்:

"டேய் அபூ, அனீபாவோட கையிலே காசெதுவும் இல்லை போல தெரியிதுடா."

அபூ, மெதுவாகச் சொன்னான்:

"அனீபா காக்கா பெரிய கருமிங்குறேன். கையிலெ நிறைய பணம் உண்டு."

"நீ, போடா."

அவன் ரப்பர் கவணும் உருளைக் கற்களுமாக பறவைகளை அடிக்கக் கிளம்பினான்.

"நீ வா ஆடே, அவன் ஒண்ணும் செய்யமாட்டான்" என்று ஆட்டை சமாதானப்படுத்திவிட்டு பாத்துமா ஆட்டுடன் இந்தப் பக்கமாக வந்தாள். பக்கத்திலிருந்த தோட்டத்தில் அபூ நிற்பதைக் கண்டதும் பாத்துமா சத்தமாகச் சொன்னாள்:

"டேய், அபூ... நீ மருவாதியா இருந்துக்க சொல்லிட்டேன். பெரிய காக்கா வந்திருக்கறது தெரியுமா ஒனக்கு?"

"பெரிய *தாத்தா என்னை 'டேய்' போட்டு கூப்பிட்டதைக் கவனிச்சீங்களா பெரிய காக்கா? பெரிய காக்கா வந்திருக்குற மூப்பு அவளுக்கு, உம்..."

அபூவுக்கு மூத்தவனுக்கும், மூத்தவனுக்கும், மூத்தவள்தான் பாத்துமா. அவள், அவனை டேய் போட்டுக் கூப்பிட்டது அவனுக்கு அவமானமாகிப் போய்விட்டது.

நான் சொன்னேன்:

"அப்படீன்னா இனிமேல் உன்னை அபூசார்னு கூப்பிடச் சொல்றண்டா, போடா."

பாத்துமா என் பக்கத்தில் வந்தாள். பிறகு அக்கம்பக்கம் பார்த்துக்கொண்டாள். யாருமில்லை. ரகசியமாகச் சொன்னாள் பாத்துமா:

"பெரிய காக்கா, யாரும் அறிய வேணாம். ஆனும்மா அறிஞ்சா சண்டைக்கு வருவாள். பெரிய காக்கா எனக்குப் பணமா எதுவும் தரவேணாம். கதீஜாவுக்கு இரண்டு கம்மல் மட்டும் செய்துப்போட்டுடுங்க, போதும். அனீபாவும் அறிய வேணாம், சின்ன காக்காவும் அறியவேணாம், அபூவும் அறிய வேணாம், உம்மாவும் அறியவேணாம்.

நான் மெதுவாகக் கேட்டேன்:

"கம்மல், வெள்ளியிலயா, தங்கத்திலயா?"

பாத்துமா அங்குமிங்கும் பார்த்துவிட்டு மெதுவாகச் சொன்னாள்:

"தங்கத்திலதான், பெரிய காக்கா, யார்கிட்டயாவது சொல்லுவீங்களா?"

"சே!" நான் சொன்னேன்:

---

* அக்கா

"பரம ரகசியமாக வைப்பேன்."

அப்படியாக பாத்துமாவுடன் நான் ஒரு ரகசிய உடன்பாடு செய்துகொண்டேன்.

"கம்மல் உடனே வேணும்." பாத்துமா சொன்னாள்.

நான் சொன்னேன்: "பார்க்கலாம்."

இந்தக் கம்மல் ஒரு அவசரப் பிரச்சினையாக மாறுவதற்கு ஒரு சிறு காரணமிருந்தது. நான் வந்த பிறகு, மூன்று சிறு குடைகளை எரணாகுளத்திலிருந்து வரவழைத்து அப்துல்காதரின் மகள் பாத்துக்குட்டிக்கும் ஹனீஃபாவின் மகன் அபிக்கும் ஆனும்மாவின் மகன் செய்து முகம்மதுவுக்கும் கொடுத்தேன். பாத்துமாவின் மகள் கதீஜாவுக்குக் கொடுக்கவில்லை. பாத்துக் குட்டியும் அபியும் செய்துமுகம்மதுவும் கதீஜாவும் கிட்டத்தட்ட சம வயதினர்கள்தான். குறும்புத்தனமும் கூப்பாடும்கூட சரிக்குச் சமம். அழுகையும் அதுபோலவேதான். ஆனால், கதீஜாவுக்கு குடை கொடுக்கவில்லை. ஏன்? ஏனென்றால் நான் மறந்து போய்விட்டேன். பரவாயில்லை. அவளுக்கு இரண்டு தங்கக் கம்மல்கள் ரெடி.

பாத்துமா விலகிப்போய் நின்று ஏதோ வீட்டு வேலையில் ஈடுபட்டிருந்த நேரம் பார்த்து ஆனும்மா மெல்ல என் பக்கத்தில் வந்தாள். அவள் கர்ப்பமாக இருக்கிறாள். பாத்துமா பள்ளிக்கூடத் திற்குப் போனதில்லை. ஆனும்மா போயிருக்கிறாள். ஆகவே அவள் பாத்துமா பேசுவதுபோல் பேசமாட்டாள். அவள் மெதுவாகச் சொன்னாள்:

"பெரிய காக்கா, இனிமே எனக்கு ரூபாயாக எதுவும் தரவேணாம். பாத்திரங்கள் வாங்கித் தந்தாப் போதும். அதுகூட இப்ப வேணாம். நாங்க வீடு மாறிப்போகும்போது தந்தாப் போதும். இந்த விஷயத்தை தாத்தாகிட்டே சொல்லாதீங்க."

அதாவது, பாத்துமா அறிய வேண்டாம் என்பதுதான் இதன் சாரம். அறிந்தால் அவள் சொல்வாள்:

"போதும்டீ, போதும். உன்திருட்டுத்தனம். நீ படிச்சவ, எனக்குத் தெரியாம நீ பெரிய காக்காகிட்டேருந்து எல்லாம் வாங்கியிருக்கே, இல்லையா?"

ஆகவேதான் இந்தப் பாத்திர ரகசியம் காதும் காதும் வைத்ததுபோல் நடந்தது. ஆனும்மாவுக்கு வீட்டுப் பாத்திரங்கள் வாங்கித் தருவதாகவும் விஷயத்தை ரகசியமாக வைத்துக்கொள்வ தாகவும் ஒப்புக்கொண்ட அந்தக் கறாரில் நான் கையொப்ப மிட்டேன். அப்படியாக அமைதியாக இருக்கும்போது சிறு அளவிலான ஒரு ஆர்ப்பாட்டம்:

பாத்துமாவின் ஆடு 35

"*உள்ளாடத்திப்பாரு ... உள்ளாடத்திப்பாரு ... நான் கூட்டிட்டுப் போவமாட்டேன்."

லைலாவின் குரல். அவள் யாரை உள்ளாடத்திப்பாரு என்று திட்டுகிறாள்? அதிக நேரமொன்றும் காத்திருக்க வேண்டிய திருக்கவில்லை. அவமானம் தாங்க முடியாமல், கலங்கிய கண்களுடன் ஒற்றை ஆண்பிள்ளையான செய்து முகம்மதுவும் லைலாவும் என்முன் வந்தார்கள்.

அவன் முழு அம்மணமாக வந்து நின்றான்.

மிகுந்த மன வேதனையுடன் செய்து முகம்மது சொன்னான்:

"*கண்ணு மாமா, லைலாம்மா என்னை உள்ளாடத்திப் பாருன்னு சொன்னா."

ஒரு ஆணை உள்ளாடத்திப்பாரு என்று கூப்பிடுவதா? அதுவும் வெறுமொரு பீக்கிறிப் பெண்ணு.

"கம்பெடுத்துட்டு வாடா."

செய்து முகம்மது கம்பெடுக்க ஓடினான்.

நான் கூப்பிட்டேன்.

"எடீ, லைலா இங்க வாடி."

அவள் வந்தாள். முழு அம்மணம்தான். செய்து முகம்மது கொண்டுவந்த கம்பைக் கண்டதும் அவள் சொன்னாள்:

"பெரிய மூத்தாப்பாவை கூட்டிட்டுப் போவமாட்டேன்."

"நீ கூட்டிட்டு போவவேண்டாண்டி" என்று சொல்லிவிட்டு செய்து முகம்மதின் கையிலிருந்த கம்பை வாங்கினேன். லைலா, குய்யோ முறையோ என்று பெருங்குரலில் அழத்தொடங்கினாள்.

"உம்மச்சீ ... உம்மச்சீ ..."

லைலா அவளது உம்மாவை உம்மச்சி என்றுதான் அழைப்பாள்.

"நீ ஒன் உம்மச்சியைக் கூப்பிடு, ஒன் வாப்பாவைக் கூப்பிடு, உப்பப்பாவைக் கூப்பிடு. நான் எவன் வந்தாலும் அடிப்பேன்."

உப்பப்பா என்றால் தாத்தா. லைலாவின் உம்மாவின் வாப்பா. மேற்படியான் வசிப்பது ஹனீஃபாவின் தோட்டத்தின் அருகில். அந்த இடத்தில் எங்கோ, ஒரு ரயில்வே ஸ்டேஷன்

---

* உள்நாடன் பெண்ணின் பெயர்: மலைவாழ் பெண்
* பெரிய மாமா

வரப்போகிறது. அப்போது நிலத்திற்குக் கேட்ட விலை கிடைக்கும். மட்டுமல்ல, அந்தப் பகுதி அபிவிருத்தியாகும். இதையெல்லாம் முன்னமே தீர்மானித்துதான் லைலாவின் உப்பா, ஹனீஃபா விடம் சொல்லி அந்த நிலத்தை வாங்க வைத்தார். லைலா சொன்னாள்:

"உம்மச்சியை அடிக்கவேணாம், வாப்பச்சியை அடிக்க வேணாம், உப்பப்பாவை அடிக்கவேணாம்."

"அப்படீன்னா நீ இனிமேல் உள்ளாடத்திப்பாருன்னு ஆம்புளப் புள்ளங்களை கூப்பிடப்படாது."

"இல்லே."

"உன் வாப்பா வீடு வைக்கும்போது செய்து முகம்மதைக் கூட்டிட்டுப் போவியா? பெரிய மூத்தாப்பாவைக் கூட்டிட்டுப் போவியா?'

அவள் கண்ணீருடன் சொன்னாள்:

"எல்லாரையும் கூட்டிட்டுப் போவேன்."

அப்பாடா..! ஒருவிதமாக அந்த வழக்கு முடிவுக்கு வந்தது. நஷ்ட ஈடாக செய்து முகம்மதுவுக்கு இரண்டு மிட்டாயும் ஒரு பூவன் பழமும் கொடுத்தேன். என்னிடம் ஏத்தன்பழம், தக்காளி, கதலிப்பழம், அன்னாசிப்பழம், பூவன்பழம், மிட்டாய் என எல்லாமே ஸ்டாக் இருந்தன. மிட்டாய் மட்டும்தான் நான் காசு கொடுத்து வாங்கியது, பிள்ளைகளின் அழுகையை நிறுத்துவதற்காக! மற்றதெல்லாம் என் தம்பிமார்களும் கொச்சுண்ணியும் சுலைமானும் வாங்கித் தந்தவை. எனக்குப் பழவகைகள் நிறைய சாப்பிடவேண்டியிருந்தது. எல்லாவற்றையும் நான் மேசையின் மீதுதான் வைத்திருந்தேன். செய்து முகம்மது பெட்டியின் மீது ஏறி நின்று பழங்களைத் திருடித் தின்றதை ஒருதடவை நான் நேரில் பார்த்துவிட்டேன். நான் பார்த்து விட்டேன் என்பது அவனுக்கும் தெரிந்துபோய்விட்டது. என் எதிரில் திருடனாக மாறிவிட்டதில் அவனுக்கு ரொம்ப வருத்தம். அழுதான். இனிமேலும் அவன் அழாமலிருப்பதற்காகப் பழங்களையெல்லாம் பத்திரமாகப் பெட்டியில் வைத்துவிட்டேன். செய்து முகம்மது, மிட்டாயும் பழமும் தின்பதைக் கண்டபோது லைலாவுக்கு அழுகை வந்தது. அவளுக்கும் இரண்டு மிட்டாய் களும் ஒரு பழமும் கொடுத்தேன். வாசம் பிடித்து வந்த ஆரிஃபாவுக்கும் இதே கணக்கில் கொடுத்தேன். இரண்டிரண்டு மிட்டாய் வீதம் சுபைதாவுக்கும் ரசீதுக்கும் கொடுத்தனுப்பினேன். பிறகு, ஆனும்மாவிடம் சொல்லி ஒரு சாயா கொண்டுவரச் செய்துவிட்டு நிம்மதியாக பீடியும் பற்றவைத்து ஒரு புத்தகத் துடன் சாய்வு நாற்காலியில் சாய்ந்தேன். எல்லாமே அமைதி.

அப்படியே படுத்திருக்கும்போது என்னை ஸ்டைலாகப் பெற்றெடுத்த என் உம்மா பக்கத்தில் வந்தாள். அவளுக்கு வயது அறுபத்தி ஏழோ எழுபத்தி ஏழோ, எண்பத்தி ஏழோ ஆகிறது. இன்னமும் பல் விழவில்லை. அதிகாலை நாலு மணிக்கு எழும்புவாள். பிறகு, குட்டைகளில் ஊறப் போட்டிருக்கும் தென்னவோலைகளை இழுத்துக்கொண்டு வந்து போட்டு முடைவாள். முடைந்து தீர்ந்ததும் ஓலைக்கீற்றுகளை எல்லாம் தரையில் விரித்துப் போடுவாள். சூரியன் உதிக்கும்போதிலிருந்தே அவை முழுதாக உலரவேண்டும். பிறகு, வீட்டுக்குத் தேவையான தண்ணீரை இறைத்து பாத்திரங்களில் நிரப்புவாள். இரண்டு கைகளிலும் ஒவ்வொரு பெரிய குடம் தண்ணீரைத் தூக்கிக் கொண்டு வருவாள். பாத்துமாவையும் ஆனும்மாவையும் ஐசாமாவையும் குஞ்ஞானும்மாவையும் வைவாள். சத்தம் போடுவாள். "ஆமா ... ரொம்பதான் வேலை செய்து களைச்சிட்டீங்க, ராத்திரி பத்துமணிவரைக்கும்." பாத்துமா எல்லா நாளிரவுகளும் வீட்டிலிருக்கமாட்டாள். ஆனாலும், மொத்தம் மூன்று பெண்கள் வீட்டிலிருந்தார்கள். உம்மா எதுக்காக வேலை செய்யணும்? சும்மா ஒரு பக்கம் இருந்துடப்புடாதா? இந்த கேள்விகளுக் கெல்லாம் உம்மாவிடம் அருமையான ஒரு பதில் இருந்தது: "அவளுங்களுக்கு ஒண்ணுந் தெரியாதுடா. வீட்டு வேலை செய்ய அவளுங்க இன்னும் பழகலை. "சரி, அவளுங்களும் பழகட்டுமே. உம்மா பொறுப்பைக் கொஞ்சம் விட்டுக்கொடுங்க." உம்மாவிடம் அதற்கும் ஒரு பதில் இருந்தது. "ஒனக்கு வீட்டைப் பற்றி என்னடாதெரியும்? ஒத்தைத் தடி; முக்காஜாண் வயிறு."

இதிலும் நான் தோற்றுப் போகவில்லை என்றால் சொல்வாள்:

"அவளுங்களுக்கெல்லாம் குழந்தைங்க இருக்கே, அதை யாருடா கவனிப்பா?"

நான் சொல்வேன்:

"ஒருத்தி குழந்தைங்களைப் பாத்துக்கட்டும், பாக்கியுள்ள வளுங்க வீட்டுவேலை செய்யட்டும்."

"ஒனக்கு என்ன வேணும்னாலும் சொல்லிட முடியும். ஒத்தைக்கட்டை. முக்காஜாண் வயிறு. நீ எனக்குக் கொஞ்சம் ரூபா தா."

எங்களது பேச்சுவார்த்தைகள் எப்போதுமே வந்து சேருவது ரூபாயில்தான். இது எனது ஆரோக்கியத்தைப் பொறுத்தவரை அவ்வளவு சரியானதுமில்லை. ஆகவே, உம்மா எதைச் சுமந்து கொண்டு போனாலும் சரி, எதை இழுத்துக் கொண்டு திரிந் தாலும் சரி, நான் பார்த்துவிட்டு பேசாமல் இருந்துவிடுவேன்.

எதற்கு உம்மாவை தேவையில்லாமல் ரூபாய் கேட்க வைக்க வேண்டும்?

உம்மா வந்ததுமே மெதுவாகக் கேட்டாள்:

"டேய், எனக்கு ஒரு பத்து ரூபா தாடா."

அதற்கு நான் இப்போது உன்னிடம் எந்த உபதேசமும் செய்யவில்லையே என்பதுபோல் உம்மாவைப் பார்த்தேன்.

உம்மா மெதுவாகச் சொன்னாள்:

"அத்துலு அறிய வேணாம், அனீபா அறியவேணாம். ஆனும்மாவும் பாத்துமாவும் அறியவேணாம்."

நான் மிக ரகசியமாகக் கேட்டேன்:

"குஞ்ஞானும்மாவும் ஐசாமாவும் அறிஞ்சா பிரச்சினை ஒண்ணுமில்லையா?"

உம்மா சினந்துகொண்டாள்:

"போதுண்டா, ஒனக்கு இஷ்டமிருந்தால் தா. யாரும் அறிய வேணாம்."

நானும் லேசாகக் கோபித்துக்கொண்டேன்:

"நான் வந்த பிறகு எவ்வளவு ரூபா தந்திருக்குறேன், இந்த வீட்டுக்கு. தெரிஞ்சும் தெரியாமலுமா நீங்க எவ்வளவு ரூபா வாங்கியிருக்கீங்க?"

உம்மா மெதுவாகச் சொன்னாள்:

"நீ ஒண்ணும் தரலேன்னா நான் சொன்னேன்? எனக்கு இப்போ ஒரு பத்து ரூபாவுக்கு செலவு இருக்கு."

"நான் தந்ததெல்லாம் எங்கே? ரொம்ப நாள் ஒண்ணும் ஆயிடல்லையே? அந்த ரூபா எல்லாம் எங்கே?"

உம்மா மிக மெதுவாகச் சொன்னாள்:

"மெதுவாப் பேசு. எல்லாத்தையும் அத்துலு வாங்கிட்டான்."

"அவனுக்கு நான் தனியா வேற கொடுத்திருக்குறேனே? சப்பைக்காலன், அவன் இங்க வரட்டும்."

சிறுவயதிலேயே அவனது கழுத்துக்குக் கீழ்ப்பாகம் தளர்ந்து போயிருந்தது. வாப்பா ஆயிரக்கணக்கில் செலவு செய்து சிகிச்சை செய்தபிறகு வலது காலில் மட்டும் ஒரு உதறல் மிச்சமிருந்தது. அந்தக் கால் சூம்பிப் போயிருந்தது. அதைத் தவிர மற்றபடி பயில்வான்தான். இரும்புத்தடியை ஊன்றியபடிதான் நடப்பான்.

உம்மா மிக மெதுவாகச் சொன்னாள்:

"அவன்கிட்டே ஒண்ணும் கேக்க வேணாம். இங்க உள்ள எல்லாப் *பராதீனங்களையும் பாக்குறது அவன்தானே? அவன் இல்லாம இருந்தா தெரிஞ்சிருக்கும். நீ ஒத்தைக்கட்டையா முக்காஜாண் வயித்தோட திரிஞ்சு, கண்ட இடத்துலே தங்கி எவ்வளவு ரூபா செலவு செய்றே?"

"அதுக்கான அபராதத்தை நான் கட்டிட்டேன். நிறைய பணத்தை நானும் இங்க செலவு செஞ்சிருக்குறேன்."

"மெதுவாப் பேசு. இப்ப யாரு அதையெல்லாம் இல்லைனு சொன்னா? யாருக்கும் தெரியாம இப்ப எனக்கு நீ பத்து ரூபா தா."

"இதுக்கு முன்னால யாருக்கும் தெரியாமன்னு சொல்லி உம்மா வாங்குன ரூபாயை எல்லாம் அத்துலு எப்படி வாங்கினான்? அவனுக்கு மட்டும் இந்த ரகசியம் எப்படி தெரிஞ்சிது?"

"மெதுவாப் பேசுடா. அபியும் பாத்துக்குட்டியும் போய்ச் சொல்லிடுவாங்க."

நான் மிகவும் மெதுவாகச் சொன்னேன்:

"உம்மாகிட்டே நான் ஒரு ரகசியம் சொல்லட்டுமா? வேற யாரும் அறிய வேணாம். எங்கிட்டே இனி, ஆக மொத்தம் ஒரு அஞ்சு ரூவா நோட்டு மட்டுந்தான் பாக்கியிருக்கு, வேற தம்பிடிக்காசு இல்லை."

உம்மா உடனே சொன்னாள்:

"அதை இங்க தா."

நான் அக்கம்பக்கம் பார்த்துவிட்டு அறைக்குள் சென்று ஐந்து ரூபாய் நோட்டும் ஒரு நேந்திரம்பழமும் எடுத்துக் கொண்டு வந்தேன். பழத்தின் வாசம்பிடித்த பாத்துமாவின் ஆடு வந்து எதிரில் ஆஜரானது. பழத்தை உரித்து நான் தின்றேன். எதையோ தின்பதைக் கண்ட உம்மாவின் அகதிப் பூனைகள் வந்தன. உம்மாவின் கண்காணிப்பில் அலைந்து திரியும் கோழி களும் வந்தன. பழத்தோலை பாத்துமாவின் ஆட்டுக்குக் கொடுத் தேன். ஆடு, இன்னும் எதிர்பார்த்து நின்றிருந்தது. நான் அக்கம் பக்கம் பார்த்தேன். யாருமில்லை. ஆட்களோ, அசைவுகளோ இல்லை. கோழிகளும், பாத்துமாவின் ஆடும், பூனைகளும் தானிருந்தன. நான் ரகசியமாக ஐந்து ரூபாய் நோட்டை எடுத்து உம்மாவின் மடியில் போட்டுக் கொடுத்தேன். உம்மா

---

* பொறுப்பு

அக்கம்பக்கம் பார்த்தாள். ஆளுமில்லை, பேருமில்லை. உம்மா நோட்டை மடித்து, துணியில் முடிந்து குப்பாயத்தினுள் வைத்துக் கொண்டாள். பிறகு, எதுவும் நடக்காததுபோல் அமர்ந்து கொண்டாள்.

நான் கேட்டேன்:

"அப்புறம், வேற என்ன உம்மா விசேஷங்கள்?"

உம்மா சொன்னாள்:

"டேய், எனக்கோ வயசாயிடுச்சு. எப்ப *மரிப்பேன்னு தெரியாது. எனக்கொரு ஆசை. நீ ஒரு பெண்ணு கெட்டி நான் உன்கூட வந்து இருக்கணும்."

நான் குரலெழுப்பினேன்:

"எங்கியாவது அடங்கி அமைதியா உட்காரலாம்னா இங்க நடக்க மாட்டேங்குது. பாத்துமா, ஆனும்மா எல்லாரும் சீக்கிரம் வாங்க. என் பெட்டிப் படுக்கையெல்லாம் சுருட்டி எடு. சொமட்டுக்காரனைக் கூப்பிடு."

அவர்கள் இருவரும் ஓடி வந்தார்கள்.

"என்ன உம்மா இது." ஆனும்மா கேட்டாள்.

பாத்துமா சொன்னாள்:

"பெரிய காக்காகிட்டே உம்மா பைசா கேட்டிருப்பாங்க."

நான் உடனே சொன்னேன்:

"அதெல்லாம் ஒண்ணுமில்லை."

உம்மா எழுந்து விலகிப்போனாள். "என்ன விஷயம் உம்மா" என்றுகேட்டு பாத்துமாவும் ஆனும்மாவும் உம்மாவின் பின்னால் போனார்கள்.

நான் அப்படியே கொஞ்சம் அமைதியாக அமர்ந்திருந்தேன். ஆனும்மாவிடம் சொல்லி திரும்பவும் ஒரு சாயா வரவழைத்துக் குடித்தேன். பிறகு, ஒரு பீடி பற்றவைத்து இழுத்தேன்.

அப்போது பாத்துமாவின் ஆடு முற்றத்தில் நின்று வராந்தாவில் என் பக்கத்திலிருந்த தீப்பெட்டியை நாக்கை நீட்டி இழுத்தெடுத்துச் சாப்பிட முயற்சி செய்துகொண்டிருப்பதைக் கண்டேன். தீப்பெட்டியிலிருந்த குச்சிகளை எடுத்து வைத்துவிட்டு காலிப்பெட்டியை அதற்குக் கொடுத்தேன்.

---

* இறப்பேன் என்று

பாத்துமாவின் ஆடு தீப்பெட்டியை ருசித்துத் தின்றது. அது இன்னும் போகாமல் நிற்பதைக் கண்டதும் நான் சொன்னேன்:

அஜசுந்தரீ, தீக்குச்சிகள் எனக்கு வேண்டும். காலித் தீப்பெட்டி இன்னும் இருக்கிறது.

அப்போது பாத்தும்மா கொஞ்சம் *காடித் தண்ணீர் கொண்டு வந்து அதற்குக் கொடுத்தாள். நான் பாத்துமாவிடம் சொன்னேன்:

"பாத்துமா, ஒன் ஆடு என் ரெண்டு புஸ்தகங்களைத் தின்னுடுச்சி."

நான் ஏதோ பயங்கர அபவாதம் சொல்லிவிட்டதைப் போல் பாத்துமா சொன்னாள்:

"அப்படிச் சொல்லாதீங்க, பெரிய காக்கா. என் ஆடு அப்படியெல்லாம் ஒண்ணும் செய்யாது" என்று சொல்லிவிட்டு மெதுவாகக் கேட்டாள்:

"கம்மல் விஷயம்?"

நானும் மெதுவாகச் சொன்னேன்.

"ஞாபகமிருக்கு."

மிக மெதுவாக, "யாரும் அறிய வேணாம்" என்று சொல்லி விட்டு பாத்திரத்துடன் நடந்தாள் பாத்துமா.

ரஷீதும் சுபைதாவும் அழுகிறார்கள். அதற்கு இசைந்து பாடுவதுபோல் இப்போது ஆரிபாவும் செய்து முகம்மதுவும் லைலாவும் ஆரம்பித்திருக்கிறார்கள். இடையிடையே லைலா "உம்மச்சியைக் கூட்டிட்டுப் போவமாட்டேன்" என்று அறிவித்துக் கொள்கிறாள். அப்படியிருக்கும்போது அபூ ஒரு கடிதத்துடன் வந்தான். கடிதத்தைத் தந்துவிட்டு ஒரு கம்பை எடுத்துக்கொண்டு "இங்க என்ன சத்தம் இது" என்று குரல் கொடுத்துவிட்டே உள்ளே போனான். உடனே எல்லோரும் அழுகையை நிறுத்திக் கொண்டார்கள். வீடு நிசப்தமானது.

நான் கடிதத்தைப் பிரித்து வாசித்தேன். தொலைதூரத்தி லிருக்கும் மதராஸ் பட்டிணத்திலிருந்து வந்த கடிதம். ஸ்ரீமான். எம்.கோவிந்தனின் மனைவி, டாக்டர் பத்மாவதியம்மா ஆண் குழந்தை பிரசவித்திருக்கிறார். தாயும் சேயும் நலம்!

தாய்க்கும் சேய்க்கும் நலம் விழைய வாழ்த்தி உடனே ஒரு பதில் கடிதம் எழுதினேன். பாலாவுக்கு ஒரு தம்பிப்

---

* அரிசி களைந்த நீர்

பாப்பா கிடைத்ததற்காக அவளுக்கும் ஒரு வாழ்த்து. அவளிடமிருக்கும் இரண்டரை ரூபாயை வங்கியில் சேமித்து வைக்கச் சொல்லும்படி அவளது அப்பன்காரனிடம் உபதேசித்தேன். ஸ்ரீமான் எம். கோவிந்தன் மகத்தான இரண்டாவது முறை தந்தையானதற்காக அவரையும் வாழ்த்தினேன். கூடவே, ஏ. நாராயண் நம்பியார் எம்.ஏ., கே.சி.எஸ். பணிக்கர், டேவிட் ஜார்ஜ், ஜானம்மா, பாருக்குட்டியம்மா, கே.ஏ. கொடுங்கல்லூர், கே.பி.ஜி. பணிக்கர் (கோபகுமார்) சரத்குமார், ராம்ஜி, ஆர்.எம். மாணிக்கத்து போன்ற மதராசி நண்பர்களிடம், நான் என்னைப் பெற்று வளர்த்திய எனது உம்மாவுடன் தங்கியிருக்கும் தகவலை அறிவிக்கவும், எல்லாருடைய சுகக்ஷேமங்களையும் நான் விசாரித்ததாகச் சொல்லவும் கடிதத்தில் எழுதினேன். தகப்பனுக்கும் பிள்ளைகளுக்கும் தாய்க்கும் மீண்டுமொரு தடவை மங்களம் கூறி எழுதி முடித்து கவரிலிட்டு நன்றாக ஒட்டி விலாசமெழுதினேன். அபூவைக் கூப்பிட்டுக் கடிதத்தைக் கொடுத்துவிட்டு "சீக்கிரமாப் போய் போஸ்ட் செய்டா" என்று உத்தரவு போடும்போது ஒரு விஷயம் நினைவுக்கு வந்தது:

"நில்லுடா" நான் சொன்னேன்:

"ஒன்னைப்பற்றி நிறைய *பராதிகளெல்லாம் வருதே. நீ அத்துலுவோட கடையிலேயிருந்து ரூபாயை எல்லாம் எடுத்து கண்டவனுங்ளுக்கு கடன் கொடுக்குறியாமே, கண்ட கண்ட மாசப் பத்திரிகையை எல்லாம் ஏஜென்சி எடுத்திருக்குறியாம். நீ யார் சொல்லுறதையும் கேக்கமாட்டேங்குறியாமே, அப்பிடியா?"

எல்லாவற்றுக்கும் சேர்த்து அவன் ஒரே பதிலாகச் சொன்னான்:

"என்னை ஒருத்தருக்கும் பிடிக்கமாட்டேங்குது."

நான் திரும்பவும் ஏதாவது சொல்வதற்குள் அவனே சொன்னான்:

"பெரிய காக்கா வரும்போது பாத்தீங்கதானே? *மைனிமாரும் சின்னத் தாத்தாவும் பெரிய தாத்தாவும் உம்மாவும் சேர்ந்து இந்த முற்றத்தையும் தோட்டத்தையும் எல்லாம் அள்ளிப் பெருக்கி குப்பையைத் தீ வச்சு எரிச்சி க்ளீனாக்கி வச்சிருந்ததை? நான் ஆரம்பத்தில இருந்தே இதைச் சொல்லிட்டிருக்கறேன். யாரும் கேக்குறதில்லை. நீயே செய்யின்னு சொல்லிடறாங்க. இப்ப மட்டும் எதுக்கு செய்யணுமாம்? இதெல்லாம் பெரிய

---

* புகார்

* அண்ணி

காக்காகிட்டேருந்து பணம் புடுங்குற ஏற்பாடு. பணக்காரனைக் கண்டவுடனே சந்தோசப்படுத்துறதுக்காக இதெல்லாம் செய்துருக் காங்க. நான் என்ன பணக்காரனா? எங்கிட்டே காசா இருக்கு? பெரிய காக்கா, நமக்கு இந்த முற்றத்துலே சின்னதா ஒரு அறை கட்டணும். வீட்டுலே ஓலையை மாத்திட்டு ஓடு போடணும்."

நான் கேட்டேன்:

"நமக்குனு சொன்னா?"

"பெரிய காக்காதான் பணம் செலவு செய்யணும். எங்கிட்டே ஏது காசு?"

அவன் சாப்பிட்டுவிட்டு கடிதத்துடன் போனான். அவன் கடைக்குப் போனபிறகுதான் அப்துல்காதர் வருவான். அவன் போனதும் ஹனீஃபா வந்தான்.

ஹனீஃபா பட்டாளத்தில் இருந்தவன். அங்கிருந்து வந்து தையல் கடை தொடங்கினான். கூடவே, சைக்கிள் கடையும். பொதுவாகவே, ஹனீஃபா ஒரு நாகரீகவாசி. டபுள் வேட்டியும் ஜிப்பாவும் சீவி மினுக்கிய தலைமுடியும் கிளீன் ஷேவும். இப்போது ஒரு வேட்டி மட்டுமே உடுத்தியிருந்திருந்தான். இதில் என்னவோ ஒரு ரகசியமிருக்கிறது. நான் எதுவுமே பேசவில்லை. ஏதாவது பேசப்போக . . .

அவன் சொன்னான்:

"பெரிய காக்கா, நான் என் நிலத்தை விக்கப் போறேன். பெரிய காக்காவுக்கு விலை குறைச்சித் தர்றேன்."

"அதை இப்ப எதுக்குடா விக்கிறே?"

"கையில பைசா இல்லே. இருந்தா நான் ஒரு சட்டைத் தெச்சுப் போட்டிருக்கமாட்டனா?"

"நிலத்துக்கு என்ன விலைடா கேட்குறே?"

"பெரிய காக்காவுக்குன்னா நான் குறைஞ்ச விலைக்குத் தர்றேன். பத்தாயிர ரூபா தந்துடுங்க."

பத்தாயிரம் ரூபாய். இவன் அதை என்ன விலைக்கு வாங்கினான் என்ற விஷயம் எனக்குத் தெரியும். நான் பேச்சை மாற்றிவிட்டுக் கேட்டேன்:

"நீ இப்ப, வீட்டுக்குச் செலவுக்கு எவ்வளவு கொடுக்குறே?"

இரண்டு மூன்று வருடங்களுக்கு முன் ஹனீஃபா வீட்டுச் செலவுக்குக் கொடுத்துவந்த தொகை தினசரி இரண்டணா.

அவனும் பொஞ்சாதியும் இரண்டு பிள்ளைகளும் சாப்பிடவும், குடிக்கவும் ஆக இவ்வளவுதான். எண்ணெயோ சோப்போ எதுவுமே வாங்கமாட்டான். எல்லாமே இந்த இரண்டு அணாவிற்குள் அடக்கம். அப்துல்காதர் அவனைத் திட்டுவான். அவனுக்கு இதில் வெட்கமுமில்லை. எதையாவது அழுத்திக் கேட்டால் உடனே சொல்வான்:

"நான் பட்டாளத்துக்கே போயிர்றேன். சர்க்காருக்கு நான் தேவைதான்."

இருந்தாலும், அன்று என் மத்தியஸ்தத்தில் சில உடன்பாடுகள் ஏற்பட்டன. இரண்டணாவை நான் நாலணாவாக உயர்த்தினேன். உயர்த்தப்பட்ட தொகை, படிப்படியாக பன்னிரண்டணாவாக நிலுவையாகிவிட்டது. நான் இங்கிருந்து போன உடனேயே ஹனீஃபா அதை வெட்டிக் குறைத்தும் விட்டான். கடைசியில் எப்போதோ அதைத் திரும்பவும் பழைய இரண்டணாவாக மாற்றியதாக ஞாபகம். ஹனீஃபாவுக்கு இன்னும் ஒரு குழந்தை பிறந்திருக்கிறது. ஆகவே, அவனிடம் அதிகமாகப் பைசா கேட்பதற்கான காரணம் கிடைத்திருக்கிறது. ஆனால், அவன் சொன்ன பதில் நான் கேட்டதற்கான பதிலல்ல:

"சின்ன காக்காவோட தொந்தரவாலெ மனுஷன் வாழ முடியலே."

"அத்துலுனால ஒனக்கு என்னடா தொந்தரவு?"

"ஒருகட்டு நோட்டைக் கொண்டுவந்து எங்கடையில ஏறினாரு. அங்க நிறைய பெரிய மனுஷங்க இருந்தாங்க. 'பாருடா பணத்தை'னு சொல்லி அந்த நோட்டுக் கட்டை வச்சு எம் மொகத்துலே அடிச்சாரு. அடிச்சிட்டு 'பணத்தால அடிச்சா பணத்துலதாண்டா படும்'னு சொல்லிட்டு நொண்டிட்டே இறங்கி நடந்து போறாரு. நான் அப்பிடியே கூனிக்குறுகிப் போயிட்டேன். நான் பெரிய காக்காவுக்கு தினசரி பீடி வாங்கித் தர்றேன், தினசரி தீப்பெட்டி வாங்கித்தர்றேன், எம் பணத்தை எடுத்து நான் எறிஞ்சா மட்டும் ஏன் பணத்துல படமாட்டேங்குது?"

நியாயம்தான்.

இருந்தாலும் நான் சொன்ன பதில் அவனுடைய கேள்விக்கானதில்லை.

"இப்ப ரஷீதும்கூட இருக்கிறானேடா? ரேஷன் வாங்க நீ எவ்வளவு கொடுக்கறே?

அவனுடைய அடுத்த பதில்:

"நாம் பட்டாளத்துக்கே போயிர்றேன். சர்க்காருக்கு நான் தேவைதான்."

அவன் கோபத்துடன் உள்ளே போய் சாப்பிட்டுவிட்டு நேராக தையல் கடைக்குப் போனான்.

நான் சாப்பிட்டுக்கொண்டிருக்கும்போது பாத்துமாவின் ஆடு வராந்தாவில் ஏறி வந்து என்னுடன் சேர்ந்து ஒரு சமபந்தி போஜனம் நடத்தத் தயாரானது. நான் குரலெழுப்பினேன்:

"பாத்துமா, ஓடி வா."

பாத்துமா ஓடி வந்து ஆட்டை முற்றத்திற்கு அழைத்துக் கொண்டு போனாள்.

நான் சொன்னேன்:

"அதை கயிற்றுலே கட்டிப்போடு."

பாத்துமா சொன்னாள்:

"அதுக்கு கட்டிப்போடறது பிடிக்காது, பெரிய காக்கா."

இருட்டுகிற நேரத்தில் கொச்சுண்ணி வந்தான். சில நாட்கள் அவன் இங்கேயே படுத்துக்கொள்வான். என் பக்கத்தில்தான். எனது ஒருபுறம் உம்மா, கொச்சுண்ணியின் பக்கத்தில் அபூ. ஹனீஃபா அவனது குடும்பத்துடன், வீட்டுக்குள். வராந்தாவில் கோணிப் படுதாவுக்குள் சுலைமானும் குடும்பமும். கொச்சுண்ணி இங்கே படுக்காதபோது குடும்ப சமேதராக தங்களது வீட்டுக்குப் போய்விடுவார்கள். தீப்பந்தமும் பற்றவைத்து கொச்சுண்ணி முன்னால் செல்வான். அந்த வெளிச்சத்தில் பின்னால் பாத்துமா. பாத்துமாவையொட்டி வால்போல் பத்துவயதான கதீஜா. கதீஜாவின் பின்னால் ஆடு.

இரண்டு

பாத்துமாவினுடைய ஆட்டின் தொந்தரவு காலையில் தொடங்கியது. சுமார் எட்டு மணியிருக்கும். தலையிலும் உடம்பிலும் எண்ணெய் தேய்த்து லங்கோடும் கட்டி நான் தண்டால் எடுத்துக் கொண்டிருந்தேன். அப்போது முற்றத்தில் குழந்தைகளின் ஆரவாரம் கேட்டது.

“உள்ளாடத்திப்பாரு . . . உள்ளாடத்திப்பாரு . . .”

“வாலப்புடி . . . வாலப்புடி . . .

“மோளூரதக் காணல்லே . . . மோளூரதக் காணல்லே . . .”

“கொம்பப் புடி . . . கொம்பப் புடி . . .”

என்ன நடக்கிறது? நான் ஜன்னல் வழியாகப் பார்த்தேன். விசேஷமாக எதுவுமில்லை. பாத்துமாவின் ஆடு, அபியின் அரை நிக்கரின் முன் பகுதியை முழுவதும் தின்றுவிட்டிருந்தது. மிச்சமிருப்பதைக் கடித்துப் பிடித்திருந்தது. அபி, ஆட்டின் கழுத்தைக் கட்டிப் பிடித்திருக்கிறான். பாத்துக்குட்டி வாலைப் பிடித்து இழுக்கிறாள். செய்து முகம்மது கொம்பைப் பிடித்திருக்கிறான். ஆரிஃபா, திகைத்துப் போய் நிற்கிறாள். ரசீதும் சுபைதாவும் எதையுமே கண்டுகொள்ளாமல் பெருவிரல்களை வாயிலிட்டு சூப்பிக் கொண்டே திண்ணையில் அமர்ந்திருக்கிறார்கள். லைலா, ஆட்டின் விலாப் புறத்தைப் பிடித்துக்கொண்டு அதைக் கெட்ட வார்த்தையால் திட்டுகிறாள்.

“உள்ளாடத்திப்பாரு . . . உள்ளாடத்திப்பாரு . . .”

நான் டவலை இடுப்பில் சுற்றிக்கொண்டு அறையிலிருந்து வராந்தாவுக்கு வந்து முற்றத்திலிறங்கி ஆட்டின் காதைப் பிடித்து அபியை விடுவித்தேன். அபியின் நிக்கரின் முன்பகுதி மட்டுமல்ல, ஒரு பாக்கெட்டையும் ஆடு தின்றிருந்தது.

என்னவென்று கேட்டபோதுதான் விஷயம் தெரிந்தது. பாத்துமாவின் ஆடு குற்றவாளியல்ல. அபியின் அரை நிக்கர் பாக்கெட்டில் ஆப்பம் இருந்திருக்கிறது. அவன் கொஞ்சம் ஆப்பத்தை ஆட்டிற்குக் கொடுத்துவிட்டு, மீதியை பாக்கெட்டி லிட்டுத் துணியை முறுக்கி ஆட்டின் முன் நின்று அதைத் தின்னச் சொல்லி நீட்டியிருக்கிறான். ஆடு ஆப்பத்தையும் நிக்கர் பாக்கெட்டையும் தின்றது. பாக்கெட்டிலிருந்த ஆப்பத்தை பாக்கெட்டோடு தின்றிருக்கிறது ஆடு. அபி சொன்னான்:

"வாப்பா அடிப்பாங்க."

"அதை நீ மொதல்லே யோசிச்சிருக்கணும். நல்லா அடி வாங்கு." கொஞ்ச நேரம் கழிந்ததும் நான்சொன்னேன்: "பயப் படாதடா, நாங்க யாரும் சொல்லிக் கொடுக்கமாட்டோம்."

பாத்துக்குட்டியிடமும் லைலாவிடமும் செய்து முகம்மது விடமும் ரகசியத்தைப் பாதுகாக்கும்படி சொன்னேன். லைலா விடம் இனிமேல் யாரையும் உள்ளாடத்திப்பாருன்னு திட்டக் கூடாதென்று அறிவுரையும் சொன்னேன்.

தண்டால் முடித்துவிட்டு ஆற்றுக்குக் குளிக்கப் புறப்பட் டேன். செய்துமுகம்மதுவையும் பாத்துக்குட்டியையும் கூப்பிட் டேன். அப்போது அபியும் லைலாவும் கூடவே வந்தார்கள். அவர்கள் அன்று வாப்பாவுடன் குளிக்கப் போகவில்லை. என்னுடன் வருவதற்காகக் காத்து நின்றிருக்கிறார்கள். அதற்கான விசேஷக் காரணங்கள் எதுவுமில்லை. அபியின் சிலேட் குச்சியை லைலா எடுத்து சிறுசிறு துண்டுகளாக ஒடித்திருக்கிறாள். இந்தக் குற்றத்தை செய்ததற்காக வாப்பா அவர்களை குளிக்கக் கூட்டிச் செல்லவில்லை, அவ்வளவுதான். பாத்துக்குட்டிக்கும் அபிக்கும் பலப்பம் வாங்குவதற்காக ஹனீஃபா அரையணா கொடுத் திருக்கிறான்.

நான் எல்லோரையும் மூவாற்றுப்புழ ஆற்றுக்குக் கூட்டிக் கொண்டுபோய் குளிக்கவைத்து கரையில் நிறுத்தினேன். பிறகு, அப்படியே மூழ்கிக் கிடந்து நீந்திக்கொண்டிருந்தேன். அப்போது அபியின் சத்தம் கேட்டது:

"பெரிய மூத்தாப்பா."

நான் திரும்பிப் பார்த்தேன். யாரும் தண்ணீரில் இறங்க வில்லை. நான் நீந்திக் குளித்துறைக்குத் திரும்பி வந்து கேட்டேன்.

"என்னடா?"

அபி சொன்னான்:

“எனக்கு நிக்கர் இல்லே.”

விஷயத்தைத் தெளிவுபடுத்தினான். அவனிடம் வெட்கத்தை மறைப்பதற்கு எதுவுமில்லை. இப்படியே முழு நிர்வாணமாக ஊருக்குள் எப்படிப் போகமுடியும்?

நான் கேட்டேன்:

“நீ இப்படித்தானடா வந்தே?

அதெல்லாம் சரிதான். ஆனால், அது அப்போது. இப்போது அவன் ஸ்கூலில் கூடவே படிக்கும் ஒருவனைப் பரிசலில் வைத்துப் பார்த்திருக்கிறான். அவன் வேட்டியுடுத்தியிருந்தான்.

ஆகவே, அபியின் வெட்கத்தை மறைப்பதற்கு நான் ஒரு டவல் கொடுத்தேன். அப்போது பாத்துக்குட்டிக்கும் அது தொடர்பான தேவை ஏற்பட்டது. அவளுக்கும் வேட்டி வேண்டுமே?

நான் குளித்து முடித்து, வேட்டியை உடுத்தி டவலை உருவி நனைத்துப் பிழிந்து தலையைத் துவட்டிவிட்டு நீரில் அமிழ்த்திப் பிழிந்து பாத்துக்குட்டிக்கு உடுத்தினேன்.

லைலாவுக்கும் செய்து முகம்மதுவுக்கும் வெட்கம் தோன்றத் தொடங்கவில்லை. தொடங்கியிருந்தாலும் எதுவும் செய்திருக்க முடியாது. என்னிடம் இரண்டு டவல்கள்தானிருந்தன. வெள்ளை மணல் நிறைந்த ரோட்டில் நாங்கள் நடந்தோம்.

வீட்டிற்குள் ஏறும்போது அப்துல்காதருக்கும் ஹனீஃபாவுக்கும் சண்டை நடக்கிறது. சண்டைக்குக் காரணம் பெரிதாக எதுவுமில்லை. நேற்று, ரேசன் வாங்குவதற்கு ஹனீஃபா வீட்டிற்கு பணமெதுவும் கொடுக்கவில்லை என்ற விவரத்தை அப்துல்காதர் அறிந்திருக்கிறான். இந்த விஷயம் ஹனீஃபாவுக்குப் பிடிக்கவில்லை. ஆகவே, அவனும் குடும்பமும் வீட்டிலிருந்து கிளம்பிவிடப் போகிறார்கள்.

“இறங்குடீ, ஐசாமா” ஹனீஃபா சத்தமாகச் சொன்னான்: “பிள்ளைங்களை கூப்பிடு.”

அவனும் குடும்பமும் அவர்களது வாழைத்தோட்டத்தில் ஏதாவது ஓலைக் கீற்றுகளை வைத்து மறைத்து வசிக்கப் போகிறார்களாம். நான் பார்க்கும்போது அவன் உடுத்தியிருந்த வேட்டி என்னுடையது. அவனது பக்கத்தில் சென்று நான் கேட்டபோது “இதையெல்லாம் பேசிக்கிட்டிருக்க இப்ப எனக்கு நேரமில்லே. நிறைய வேலை கெடக்கு” என்று சொல்லிவிட்டு நடந்து படிக்கட்டில்போய் நின்று சொன்னான்:

“எனக்கு இந்த வீட்டுல எந்த உரிமையும் இல்லைன்னு தெரிஞ்சு போச்சு.”

ஹனீஃபா அவனது தையல் கடைக்குப் போனான். நான் அப்துல்காதரிடம் கேட்டேன்:

"என்னை இந்த ஆரவாரத்திலேருந்து கொஞ்சம் கரைசேர்க்க உன்னால் முடியாதாடா? அந்த இன்ஸ்பெக்டர்கிட்டே போய் வீட்டைக்காலி செய்யச் சொல்லி ஒரு தடவைகூட கேட்கக் கூடாதா?"

அப்துல்காதர் சொன்னான்:

"காக்காவுக்கு இங்க என்ன குறை இருக்கு? எண்ணெய், நெய்யி, பால், சாயா, பீடி, தீப்பெட்டி, ஏத்தம் பழம், தக்காளி, அன்னாசி, பூவன்பழம், கூம்பில்லாச் சுண்டன், பலாப்பழம், சாப்பாடு, துணைக்கு உம்மா, நான், கொச்சுண்ணி – இதுக்கு மேலே என்ன வேணும்?"

அப்துல்காதர் ஒரு பள்ளிக்கூட வாத்தியார். பெரிய இலக்கண வித்துவானும்கூட! முன்பு ஒரு தடவை அவன் உம்மாவிடம் கேட்டான்:

"மாதாவே, சிறிது சுத்த ஜலம் தருவீர்களா?" அப்போது, உம்மா சோறு பரிமாறும் பெரிய அகப்பையால் ஒன்று கொடுத்தாள். வாப்பா, அவனுக்கு ஆறுதல் சொன்னார்:

"நீ இப்பிடியே பேசினா போதுண்டா, சரி, என்னை நீ எப்பபடிடா கூப்பிடுவே?"

"பிதாவே என்று."

இதைக் கேட்ட உம்மா அகப்பையால் இன்னொன்று கொடுத்தாள். இதற்குப் பிறகு அவன் உம்மாவை உம்மா என்றும் வாப்பாவை வாப்பா என்றும்தான் கூப்பிடுவான்.

சப்பைக் காலன்.

அவனையும் என்னையும் ஒரே நாளில்தான் பள்ளிக் கூடத்தில் சேர்த்தார்கள். அன்று அது 'முஸ்லீம் ஸ்கூல்.' உன்பியண்ணன் என்ற பெயருள்ள ஒரு பக்தர் அந்தப் பள்ளிக் கூடத்தைக் கட்டினார்.

*புதுச்சேரி நாராயணபிள்ளைசார் என்பவர்தான் அப்போது ஒன்றாம் வகுப்பு ஆசிரியர். அவர்தான் எனக்கும் அப்துல்காதருக் கும் ஆனா ஆவன்னா சொல்லித்தந்தவர்.

---

* இந்த நாராயணபிள்ளை சார் இறக்கும் காலம்வரை என்னைப் பார்க்க வருவதுண்டு. நான் எழுதியதையெல்லாம் வாசித்துப் பார்த்து என்னை ஆசீர்வதிப்பார். இப்போது இறந்துபோய்விட்டார். அவரது ஆத்மா சாந்தியடையட்டும்.

அப்துல்காதர் பள்ளிக்கூடத்திலும் சரி, வெளியிலும் சரி, பெரிய போக்கிரியாக இருந்தான். வீட்டில் செல்லப்பிள்ளை. நான் பள்ளிக் கூடத்தில் மரியாதைக்காரனாக இருந்தேன். நாராயணபிள்ளைசார் அவனை நிறைய தடவை அடித்திருக் கிறார்.

அப்துல் காதர், இடது காலை பலமாக ஊன்றி நின்று, தனது நோஞ்சான் வலது காலை சுழற்றி வீசி பிள்ளைகளை அடிப்பான். இப்படி என்னையும் அடித்திருக்கிறான். பிறகு, அவன் வலது உள்ளங்காலைத் தனது மூக்கினருகில் கொண்டு வந்து வைத்துவிட்டுக் கேட்பான்:

"இப்படி வைக்க உன்னால முடியுமா?"

சாத்தியமில்லை. எப்படி முடியும்? மற்றவர்களின் கால்கள் இப்படிக் குழைந்து போய்த் தொங்கியா கிடக்கிறது? வேறு யாருக்குமே இப்படியான ஒரு திறமை வாய்ப்பது அரிதுதான்.

"அப்படீன்னா இந்தா மோந்துபார்" அவனது நோஞ்சான் காலின் அடிப்பகுதியை மற்றவர்கள் முகர்ந்து பார்க்க வேண்டும். மறுத்தால் அடிப்பான். பிள்ளைகள் விலகிப்போய் நின்று விட்டால் நெஞ்சிலறைந்து அழுவான். அவனுடைய நோஞ்சான் காலின் காரணமாகப் பொதுமக்களுக்கு அவன்மீது அனுதாப மிருந்தது. அவன், அதை முடிந்தவரை துஷ்ப்பிரயோகம் செய் தான். அவன் எதைச் செய்தாலும், குற்றம் மற்றவர்களின் மீது தான். பிள்ளைகள், அவன் அடிப்பதற்குக் காட்டிக் கொடுத்த படி நிற்பார்கள். நானும் இப்படி நின்றிருக்கிறேன். நான் வாங்கிய உதைக்கு கணக்கு வழக்கே கிடையாது. அவனுடைய சிலேட்டையும் புத்தகங்களையும் நான்தான் சுமக்க வேண்டும். நானல்லவா மூத்தவன்? நியாயமாகப் பார்த்தால் தம்பிமார்கள் தான் அண்ணன்மார்களது சிலேட்டையும் புத்தகங்களையும் சுமக்க வேண்டும். ஆனால், இங்கே நான் அவனுடையதைச் சுமக்க வேண்டும். இல்லையென்றால் உதைப்பான்.

நான் நிறைய உதை வாங்கியிருக்கிறேன். சிலேட்டையும் புத்தகங்களையும் நிறைய தடவை சுமந்துமிருக்கிறேன். எதிர்ப்புணர்வின் கொடுங்காற்று மனதில் வீசும்தான். ஆனாலும், என்ன செய்ய முடியும்? அவன் சிலேட்டையும் புத்தகங்களையும் ரோட்டில் வைத்துவிட்டு கையை முஷ்டிச் சுருட்டியபடி என் பக்கத்தில் வந்து நின்று மெதுவாகக் கேட்பான்:

"என்னோட சிலேட்டையும் புஸ்தவத்தையும் எடுப்பியா, மாட்டியா?"

முடியாதென்றுதான் தினமும் சொல்வேன். பிறகு, தர்க்க நியாயங்களை முன்வைப்பேன்:

"நான் உன்னோட காக்கா இல்லியாடா?"

"எடுப்பியா, எடுக்கமாட்டியா?"

"எடுக்கமாட்டண்டா."

உடனே ஒற்றைக் காலில் நின்றபடியே வலது காலைச் சுழற்றி வீசி ஒரு அடி. அது என் நெஞ்சுத் துடிப்பின் மீது விழும். நான் லேசான மயக்கத்துடன் கீழே விழுந்து அப்படியே கிடப்பேன். அவன் விலகி நின்று உத்தரவிடுவான்:

"எழும்பி எடு. சீக்கிரமாப் போகணும். நேரமாகிப் போனா சார் அடிப்பாரு."

நான் கீழே கிடந்தபடியே வேதனையுடன் யோசித்துப் பார்ப்பேன். இது எந்த ஊர் நியாயம்? தம்பி அடிப்பதும் அண்ணன் படுவதும். பிறகு சிலேட்டையும் புத்தகங்களையும் சுமப்பதும். நான் அப்படியே படுத்திருப்பேன். அவன் என் நெஞ்சின் மீது ஏறியமர்ந்துவிட்டுக் கேட்பான்:

"அடி வேணுமா?"

நான் உண்மையைச் சொல்லிவிடுவேன்:

"வேண்டாம், எடுக்குறேன்."

அப்படியாக, எழுந்து அவனுடைய புத்தகங்களையும் சிலேட்டுகளையுமெல்லாம் சுமந்துகொண்டு செல்வேன். எத்தனை தடவைகள், எத்தனை உதைகள்...

அப்படியான ஒருநாள் எனக்குப் புத்தி வந்தது. ஞானோதயம்! குத்துவதற்காக அவன் கையைத் தூக்குவதற்குள் நான் காலால் விட்டேன் ஒரு உதை. அவனுடைய ஒழுங்கான காலைப் பார்த்து.

இதோ கிடக்கிறான் அப்துல்காதர். குழைந்துபோய்! மல்லாந்து விழுந்து!

நான் உடனே அவனது நெஞ்சின் மீதேறி அமர்ந்தேன். நான் ஏதோ மிகப்பெரிய அநீதி இழைத்துவிட்டதுபோல் அவன் ரொம்ப சோகத்துடன் கேட்டான்:

"என்ன வேலை இது? நான் சின்னக் குழந்தை இல்லியா? இப்படி என் நெஞ்சிலே ஏறி இருக்கலாமா?"

அவனை அடிப்பதற்காக நான் கையை முஷ்டி சுருட்டினேன். அவன் அழத்தொடங்கினான். கண்ணீர்..?

"என்னை அடிக்காதே, நான் காக்காவோட தம்பி யில்லையா?"

தம்பியாம் பெரிய தம்பி.

"இதுக்கு முன்னால இது ஒனக்கு ஞாபகமில்லியா?"

"இனி எனக்கு எப்பவுமே ஞாபகமிருக்கும்."

"டேய்," நான் கேட்டேன். "நாயைக் கண்டா இனிமேல் முதல்ல கல்லெடுத்து எறியறது யாரு?"

"காக்கா."

"ஆத்துலே குளிக்கும்போது முக்குளியிட்டு முதல்ல அக்கரைக்கு போறது யாரு?"

"காக்கா."

"வீட்டுலேருந்து ஏதாவது திருடும்போது உனக்கு முதல்ல தர்றது யாரு?"

"காக்கா."

"அப்புறம் என்ன?"

அவன் சொன்னான்:

"நான் காக்காவோட சிலேட்டையும் புஸ்தவத்தையும் சுமப்பேன்."

நான் சொன்னேன்:

"உன்னோடதை மட்டும் நீ சுமந்தா போதும்."

"அப்போ, முன்னால நடக்குறது யாரு?"

"நான்."

அப்படியாக அன்றுமுதல் அப்துல்காதர் தம்பியாக மாறினான். அவன்தான் இவன்.

சப்பைக் காலன்.

"டேய்," நான் சொன்னேன். "நீ அந்த இன்ஸ்பெக்டர் கிட்டே கொஞ்சம் சொல்லக்கூடாதா, வீட்டைக் காலி பண்ணித்தர? எனக்கு இந்த வீட்டு ஆரவாரத்தில கிடந்து மூச்சு அடைக்குது. உன்னால இதைப் புரிஞ்சிக்க முடியாது."

"காக்கா, அந்த மனுஷன் வீடு பாத்துட்டுதான் இருக்கார். எக்சைஸ்காரனுங்களும் வேற வீடு பாக்குறானுங்க. எப்படியாவது கொஞ்ச நாள் கூட பொறுத்துக்குங்க."

அவன் இரும்புத்தடியை ஊன்றியபடியே துள்ளித் துள்ளி நடந்து தனது கடைக்குப் போனான்.

நான் ஒரு அன்னாசிப் பழத்தை பகுதி வெட்டியெடுத்துத் தோலை சீவிக் கொண்டிருக்கும்போது பாத்துமாவின் ஆடு ஜன்னலின் பக்கத்திலும், குழந்தைகள் வாசல் பக்கத்திலும் வந்து ஆஜரானார்கள். நேந்திரம்பழமும் கூம்பில்லா சுண்டன் பழமும் நெய்யும் சேர்த்து குழாய்ப் புட்டில் பிசைந்து குழந்தைகளுக்கு ஆளுக்கொரு கவளம் கொடுத்தேன். அன்னாசிப் பழத்திலும் ஆளுக்கொரு துண்டு கொடுத்தேன். இது கிடைத்த உடனேயே பிள்ளைகள் சத்தமிடப் போய் விடுவார்கள். ஆனால், அபிக்கும் பாத்துக்குட்டிக்கும் லைலாவுக்கும் ஆரிஃபாவுக்கும் கதீஜாவுக்கும் தெரியாமல் ஆனும்மாவின் மகன் செய்துமுகம்மது என் கண்முன் பட்டும் படாமலுமாக நின்று சில சிணுங்கிப் பாடல்களுடன் முகத்தைக் காட்டுவான். அவனுக்கு ஒரு விசேஷ கவளத்தைக் கொடுப்பேன். பதார்த்தங்களைத் தின்றுவிட்டு பழத்தோலை பாத்துமாவின் ஆட்டுக்குக் கொடுப்பேன். பிறகு, கையை அலம்பிவிட்டு சாயாவுடன் வராந்தாவுக்கு வந்து சாய்வு நாற்காலியில் அமர்வேன். அப்போது பள்ளிக்கூடப் பிள்ளைகள் போய்க்கொண்டிருப்பார்கள். வழக்கம்போல் அவர்கள் காதலுடன், வசீகரிக்கும் விழிகளால் என்னைப் பார்ப்பார்கள்.

குமரிப் பெண்களின் இந்த அழகான நோட்டத்திற்குள் ஒளிந்து கிடக்கும் தேவ ரகசியத்தை நான் பின்னால்தான் புரிந்துகொண்டேன். அதைப் பிறகு சொல்கிறேன்.

அன்று அபியும் பாத்துக்குட்டியும் வழக்கம்போல் கிளம்பிப் பள்ளிக்கூடத்திற்குப் போனார்கள். கொஞ்ச நேரத்திற்குப் பிறகு அபியும் பாத்துவும் பதுங்கியபடியே ரோட்டில் நின்று என்னை சைகை காட்டிக் கூப்பிட்டார்கள்.

என்ன நடந்திருக்கும்?

நான் இறங்கிப்போனேன். பாத்துக்குட்டி ஒரு தென்னையின் மூட்டில் பதுங்கியிருந்தாள். நான் அங்கு போனதுமே அபி சொன்னான்:

“பெரிய மூத்தாப்பா, வாப்பா சிலேட்டும் பென்சிலும் வாங்கத் தந்த அரையணா . . .”

“அரையணா ?”

“நிக்கரு *கீசைலே இருந்தது . . .”

“என்னடா சொல்றே?”

“ஆடு தின்ன கீசைலே இருந்தது . . .”

---

* பாக்கெட்

அரையணாவையும் ஹோ ... பாத்துமாவின் ஆடு ஆப்பத் துடன் சேர்த்து தின்றிருக்கிறது. சரி, ஆடு நாணயத்தைத் தின்னுமா?

நான் சொன்னேன்:

"நீங்க இதை யார்கிட்டேயும் சொல்ல வேணாம். ரகசியமா இருக்கட்டும். நான் அரையணாவுக்கு வேற ஏதாவது வழி கெடைக்குமான்னு பாக்குறேன்."

அபி சொன்னான்:

"*உம்மும்மா பாத்தா அடிப்பாங்க."

"ஒளிஞ்சு நின்னுக்க."

நான் போய் பாத்துமாவிடம் இரண்டணா கடன் வாங்கி அரையணாவைக் கொண்டுவந்து அபிக்கும் பாத்துக்குட்டிக்கும் கொடுத்து அவர்களைப் பள்ளிக்கூடத்திற்கு அனுப்பி வைத்தேன்.

பாத்துமாவின் ஆடு, முற்றத்தில் நிற்கிறது. இரண்டு காலணாக்கள் எந்த நேரத்திலும் விழலாம். நான் காத்திருந்தேன். ஆனால், சிறு சிறு உருண்டைகள்தான் வந்துவிழுகின்றன. எதுவுமே வட்டமாக விழவில்லை. என்ன காரணம்?

விழாமலிருக்குமா? எனது கண்கள் ஆட்டின் பின்புறமே இருந்தன.

அப்படியிருக்கும்போது ரொம்ப ஆச்சரியமாக என்னையே பார்த்தபடி மாணவிகள் கூட்டம் கூட்டமாக ரோட்டில் நடந்து போனார்கள். அழகிய மாணவ மணிகள். எனக்கு மகிழ்ச்சியாக இருந்தது. அவர்களுக்குத் தெரியும், நான் யாரென்பது. அதனால் தான் இப்படி ஆச்சரியத்துடன் பார்த்துக் கொண்டே போகிறார்கள். அவர்கள் தங்களுக்குள் பேசிக்கொள்வார்கள்: (இது, நானே சொந்தமாகக் கற்பனை செய்த விஷயம் என்பதை நினைவில் வைத்துக்கொள்ளுங்கள்.)

சுருட்டை முடிக்காரி: அந்த சாய்வு நாற்காலியிலே சாய்ஞ்சுக் கிடக்குறவர் யார் தெரியுமா?

மான் விழியாள்: "பின்னே, எனக்கா தெரியாது? புகழ்பெற்ற சாகித்ய வித்வான் வைக்கம் முகம்மது பஷீர்."

கோகிலவாணி: "நான், என்னோட ஆட்டோகிராஃப் புத்தகத்திலே அவர்கிட்டேருந்து கையெழுத்து வாங்குவனே."

---

* அம்மாவின் அம்மா

பூனைக்கண்ணி: "இது அந்த ஆளா இருக்க முடியாதுடீ. ஓலைக்குடிசையாட்டம் அந்த வீட்டைப் பாத்தீங்களா?"

மதுவாணி: "போடீ பூனைக்கண்ணி, அவரேதான். நீ வேணும்னா பாரேன், இன்னைக்கு என் ஆட்டோகிராஃப் புத்தகத்திலே அவர்கிட்டேருந்து கையெழுத்து வாங்குறேன்."

பூனைக்கண்ணி: ஓ ... அதையும்தான் பாத்துரலாம்டி."

அப்படியாக, அன்று மத்தியானம் சாப்பாடு முடிந்து பள்ளிக்கூடத்திற்குப் போகும் வழியில் அவர்கள் என் வீட்டுக்கு வந்தார்கள்.

இதில் வேறொரு சம்பவமும் நினைவுக்கு வருகிறது. நான் அப்போது எதிரிலிருக்கும் அந்த வீட்டில்தான் தங்கியிருந்தேன்.

நான் வந்த விவரத்தை அறிந்து பள்ளிக்கூடத் தலைமை யாசிரியர் வந்தார். பள்ளிக்கூடத்தின் ஆண்டு விழா நடக்க விருக்கிறது. நான் போய்ச் சொற்பொழிவாற்ற வேண்டுமாம். மாணவர்களுக்கு ஏதாவது ஒரு அறிவுரை சொன்னால் போதும்.

"நான் சொற்பொழிவெல்லாம் ஆற்றுகிறதில்லை. மட்டு மல்ல, விழா நடக்கும்போது நான் இங்க இருக்கவும் மாட்டேன்."

அவர் சொன்னார்:

"நாங்க நோட்டீசில உங்கப் பேரைப் போடுறோம். நீங்க இங்க இருந்தா வந்தாப் போதும்."

நோட்டீஸ் அச்சடிக்கப்பட்டது. என்னுடைய பெயரும் இருந்தது. என்ன செய்ய முடியும். மனஅமைதியுடன் ஏதாவது எழுதவந்தவன் நான்! ஹூம் ...

அப்படியாக, செடிகளுக்கிடையில் நான் நிற்கும்போது கேட்டின் கம்பிகளினூடே இரண்டு கண்கள்! சுருண்ட முடி யுள்ள ஒரு பெண்மணி. முல்லைப்பூவோ பிச்சுப்பூவோ ஏதாவது பறிக்க வந்திருப்பாளாக இருக்கும் என்று நான் நினைத்துக் கொண்டேன்.

நான் கேட்டேன்:

"என்ன?"

அவள் சொன்னாள்:

"நோட்டீஸ்லேப் பேரைப் போட்டிருக்கிறோம். நீங்க வந்து ஏதாவது பேசணும். வராம இருந்துரக்கூடாது, என்ன?"

"இங்க இருந்தா வருவேன்."

மறுநாளும் அவள் மற்ற மாணவிகளுடன் கேட்டின் பக்கத்தில் வந்து நின்று சொன்னாள்:

"வராம இருந்துரக்கூடாது, என்ன?"

ஆனால், ஆண்டு விழாவின் முதல்நாள் நான் கம்பியை நீட்டிவிட்டேன். பெட்டியும் படுக்கையும் எதையும் எடுக்காமலேயே! சும்மா வெறுங்கையோடு! உம்மாவிடம் மட்டும் சொன்னேன். பிறகு, ஆண்டுவிழா முடிந்த மறுநாள் வந்தேன். அன்று சுருண்ட முடிக்காரியும் மற்றவர்களும் வந்து கேட்டார்கள்.

"இதெல்லாம் என்ன வேலைகளாக்கும்?"

நான் சொன்னேன்:

"இருந்தா வருவேன்னுதானே நான் சொல்லியிருந்தேன்?"

"நல்ல ஆளுதான்."

அந்தப் பிரச்சினை அப்படி முடிந்தது.

படியிறங்கி வரும் பெண்களில் அந்தச் சுருண்ட முடிக்காரியும் இருக்கிறாளா என்று பார்த்தேன். இல்லை. எல்லாரும் பெரியவர்களாயிருக்க வேண்டும்.

இந்தப் பெண்கள்தான் எவ்வளவு வேகமாக வளர்கிறார்கள்.

நான் அவர்களது ஆட்டோகிராஃபில் கையெழுத்திட பேனாவை எடுக்க நினைத்தேன். உடனே தோன்றியது. வரட்டுமே, வந்து கொஞ்சநேரம் நிற்கட்டும்.

அவர்கள் வந்தார்கள். என்னைப் பார்க்கவில்லை. நேராக சாம்ப மரத்தினடியில் சென்று உம்மாவிடம் என்னவோ சொல்லிவிட்டு எதையோ கொடுத்தார்கள். உம்மா சேகரித்து வைத்திருந்த சாம்பக்காய்களை முந்தானையிலிருந்து எடுத்து அவர்களிடம் கொடுத்தாள். அவர்கள் அதே இடத்தில் நின்றே சாம்பக் காய்களைக் கடித்துத் தின்றபடி மரத்தை வாயில் எச்சிலூற ஆசையுடன் பார்த்தார்கள். பேராசைபிடித்த கழுதைகள். உம்மாவின் அழுக்குப் பிடித்த முந்தானையில் கட்டி வைத்திருந்த சாம்பக்காய்களைத்தான் அவர்கள் இவ்வளவு ஆர்வமாகத் தின்கிறார்கள். ஆனால், சுத்தமாக இருக்கும் என்னைப் பார்க்கக்கூடாதா? கழுதைகள்கூட்டம்.

ஒரு அதிர்ச்சியுடன்தான் எனக்கு இந்த விஷயங்கள் பிடிபட்டன. இந்தப் பெண்பிள்ளைகள் பார்த்தது என்னையல்ல, சாம்பக்காய்களைத்தான் பார்த்திருக்கிறார்கள். கொதி பிடித்தவர்கள்!

பெண்பிள்ளைகள் போனதும் நான் உம்மாவிடம் கேட்டேன்.

“அவளுங்க என்ன கொடுத்தாங்க உம்மா?”

உம்மா சொன்னாள்:

“ஓரணா.”

“சாம்பக்காயை அந்தப் புள்ளைங்களுக்கு விலைக்கா விக்கிறே?”

“பின்னே, சும்மாவா?”

“ஓரணாக்கு எத்தனை சாம்பக்காய் கொடுத்தே?”

“இருபது.”

“அதுசரி, நான் எத்தனையெத்தனை இருபதை பாத்துமா வோட ஆட்டுக்குத் தீனி போட்டிருக்கேன்.”

அந்தப் பெண்கள் என்னைப் பார்க்காமலிருந்தது பற்றிய மனவருத்தம் என்னைத் தீவிரமாக சிந்திக்கத் தூண்டியது. உம்மாவிடம் கேட்டேன்:

“இந்த சாம்ப மரத்தை நட்டு வளர்த்தியது யாரு?”

உம்மா சொன்னாள்:

“இது, நீ தளியாக்கல்லேருந்து கொண்டுவந்த விதையை நட்டு வளர்த்ததுதான்.”

தெரிகிறதா? தளியாக்கல் என்ற புராதன கிறிஸ்தவ குடும்பம் பக்கத்து ஊரிலிருக்கிறது. அங்கே தொம்மன், மாத்தன் குஞ்ஞு, குஞ்ஞப்பன் என்ற நண்பர்கள் இருக்கிறார்கள். அங்கிருந்து நான் கொண்டு வந்தது. நான், நான் நட்டு வளர்த்தியது அல்லவா? ஆனால், அந்தக் கழுதைகள் என்னைப் பார்க்க வில்லை. நான் துள்ளியெழுந்து உம்மாவிடம் கேட்டேன்.

“அந்த ஓரணாவை இங்க தாங்க.”

உம்மா உடனே அதைத் தந்துவிட்டாள். நான் போய் பீடி வாங்கினேன். பிறகு, ஆற்றங்கரையில்போய் அமர்ந்துகொண் டேன். பழைய ஆற்றைப் பார்த்தேன். என்னைக் கவனிக்காத அந்த கொதிபிடித்தவர்களை நினைத்துப் புகைவிட்டேன். ஃப்பூ.

தினந்தோறும் அந்தக் குமரிப்பெண்கள் என்னுடைய சாம்ப மரத்தைப் பார்ப்பார்கள். அதில் குலைகுலையாக சாம்பக் காய்கள் தொங்கிக் கிடந்தன. நான் எனக்குள்ளேயே பேசிக் கொள்வேன்:

"கழுதைங்களே, பாத்துக்குங்க, என் சாம்ப மரம் இது. நான் நட்டு வளர்த்தியது . . . கழுதைங்களே."

இவர்களை எப்படிப் பழிவாங்குவது? சாய்வு நாற்காலியில் எதிர்பார்த்துக் காத்திருந்தேன். அறையில்போய் படுப்பதற்கெல்லாம் தோன்றவில்லை. அப்படியே இருக்கும்போது அவர்கள் வந்தார்கள். நான் எழுந்துசென்று மிகுந்த எரிச்சலுடன் கேட்டேன்:

"என்ன வேணும்?"

"அரயணாக்கு சாம்பக்கா."

"பைசாவை எடு."

காசை வாங்கி இடுப்பில் சொருகி வைத்தேன். பிறகு, சின்னதாகப் பார்த்து பத்து காய்கள் கொடுத்தேன்.

"இதென்னது, எல்லாமே சின்னதா இருக்கு. அந்த பெரியம்மா பெரியதா பாத்துத் தருவாங்களே?"

"அந்தப் பெரியம்மாவுக்கு இந்த மரத்துலே பெரிய அளவிலான எந்த உரிமையும் கிடையாது. அதனாலதான் அவங்க அப்பிடித் தந்தாங்க."

கழுதைங்க . . .

"அப்பிடீன்னா, ஒண்ணு கூட தாங்க."

"இந்த மரத்தைக் கஷ்டப்பட்டு நட்டு வளர்த்துன ஆளுக்கு அப்படி தர்றதுக்கு விருப்பமில்லே."

ஒரு காய்கூட நான் அதிகமாகக் கொடுக்கவில்லை.

"சரியான ஆளுதான்" என்று சொல்லிவிட்டு அந்த பேராசைக்காரிகள் சென்றார்கள். பெருத்த வயிறுதான். என்னைக் கொஞ்சம் பார்க்கக்கூடாதாம். வெட்கமே இல்லாமல் என் சாம்ப மரத்தை மட்டும் பார்க்கலாமாம்.

நான் இப்படி சாம்பக்காய் விற்கும்போது உம்மா வந்து காசு கேட்பாள். நான் திருப்பிக் கேட்பேன்:

"எதுக்கு? உங்களுக்கு இந்த சாம்ப மரத்துல என்ன உரிமை இருக்கு? இது, நான் உழைச்சதுக்கான பலன். என் ரத்தம் தான் இதில சாம்பக்காயா காய்ச்சிக் கிடக்குது. உம்மா இதை எத்தனை வருஷமாக வித்துக்கிட்டிருக்கீங்க, அந்தப் பணமெல்லாம் எங்கே?"

உம்மா தோற்றுப்போய் அப்படியே நின்றிருந்தாள். நான் விடவில்லை.

“போதாக்குறை தொட்டதுக்கெல்லாம் ரூபா வேற. அது வாங்கணும், இது வாங்கணும்னுட்டு. எவ்வளவு ரூபா? ஹூம்... இந்த புளியை நட்டது யாரு?”

முற்றத்தின் ஒருபுறம் பெரிய ஒரு இடும்பன் புளி நிற்கிறது. வேரிலிருந்தே கொத்துக் கொத்தாக பச்சை நிறத்தில் புளியங் காய்கள் அப்படியே காய்த்துப் பொதிந்து கிடந்தன. உம்மா அதையும் பறித்து விற்பாள். அதுவும் நான் நட்டு வளர்த்தி யதல்லவா?

உம்மா சொன்னாள்:

“அது உன்னோட வாப்பா நட்டது. நான் அதுக்கு நிறைய தண்ணி ஊத்தியிருக்கேன்.”

சரி. அப்படியென்றால் அதன் உரிமையாளர் நானல்ல, போகட்டும்.

உம்மா கோபத்துடன் விலகிப்போனாள்.

நான் ஆனும்மாவைக் கூப்பிட்டு ஒரு சாயா கொண்டு வரச்சொன்னேன். ஆனும்மா அடுத்த வீட்டுக்குப்போய் ஒரு பையனை அனுப்பி சாயா கொண்டுவரச் செய்து தந்தாள். சாயாவைக் குடித்துவிட்டு ஒரு பீடியும் பற்றவைத்து அப்படியே ரசனையுடன் சாய்ந்து அமர்ந்திருக்கும்போது வருகிறாள், ஒரு மைக் கறுப்பி. பத்துப்பதினாறு வயதிருக்கும். சாம்பக்காய்க்குத்தான். காலணாக்காரியா, அரையணாக்காரியா? கழுதைக்கு சின்னதாகப் பார்த்துதான் கொடுக்கவேண்டும். ஆனால், அவள் சாம்பமரம் நிற்குமிடத்தைப் பார்க்கவே இல்லை. அவள் நேராக என்னைப் பார்த்து வந்து கைகூப்பி வணக்கம் தெரிவித்துவிட்டு பிறகு சொன்னாள்:

“சார், உங்களை எனக்குத் தெரியும். சாரோட எல்லாப் புஸ்தகங்களையும் நான் வாசிச்சிருக்கேன். சார் வந்திருக்கறதா என் அப்பாதான் சொன்னார், அதான் வந்தேன். என் ஆட்டோகிராஃப் புக்குலே ஏதாவது எழுதி, சார் கையெழுத்துப் போட்டுத்தாங்க.”

ஹா... என் மானம் காக்க வந்த மைக் கறுப்பே, அழகே, உனக்கு மங்களம் நேர்வதாக. சூரியசந்திராதிகள் உள்ள காலம் வரை நீ நீடூழி வாழ்வாய்.

“உன் பேரென்ன?” நான் கேட்டேன்.

“சுஹாசினி.”

“எத்தனாவது படிக்கிறே?”

“சிக்ஸ்த்.”

"யாரோட மகள்?"

"நான் சுமட்டுக்காரன் மாதவனோட மகள்."

தொழிலாளியின் மகள் அல்லவா?

தொழிலாளிகள் வெல்லட்டும்!

நான் அறைக்குள் போய் பேனாவை எடுத்துக் கொண்டு வந்து சுஹாசினியின் ஆட்டோகிராஃப் நோட்டில் 'சுஹாசினிக்கு சர்வமங்களம் உண்டாகட்டும்' என்று எழுதி கையெழுத்திட்டுக் கொடுத்தேன். பிறகு, சுஹாசினியிடம் கேட்டேன்:

"சாம்பக்காய் சாப்பிடுறியா?"

"சாப்பிட்டிருக்கேன்." அவள் சொன்னாள்.

நான் ஒரு பெரிய காகிதத்தை எடுத்து வந்து சாம்ப மரத்திலேறி சுமார் ஐம்பது காய்களைப் பெரியதும் சிவந்ததுமாகப் பறித்து கட்டிக் கொடுத்துவிட்டுச் சொன்னேன்:

"சுஹாசினி, இந்தச் சாம்பமரத்தை நட்டு வளர்த்தியது நான்தான்."

"உண்மையாகவா?"

"உண்மையாகவே."

அவள் வணக்கம் தெரிவித்துவிட்டுப் போனாள்.

அன்றிரவு ஒரு விசேஷச் செய்தி வந்தது.

"பாத்துமாவோட ஆடு உடனே பிரசவிக்கும்." சினையாக இருப்பதாகக்கூட அல்ல, உடனே பிரசவிக்கப்போவதாக! இந்த விசேஷ நிகழ்வு எனக்கு எப்படித் தெரியாமல் போனது? அது சினையாக இருப்பதுபோல் தெரியவே இல்லையே? சில நேரங்களில் வயிறு உப்பிப்போய் தெரியும். சில நேரங்களில் ஒட்டிப் போயிருக்கும். சினையாக இருந்தால் இப்படி இருக்குமா? நான் உம்மாவிடம் கேட்டேன்.

உம்மா சொன்னாள்:

"அது பெறப் போகுதுடா."

எனக்கு சந்தேகமாக இருந்தது. உண்மையாகவா? எனக்கு இது ஏன் தெரியவில்லை. மாதர்குலம் சொல்லிக்கொள்வது சரிதானோ?

பிரசவ விஷயங்களுக்கெல்லாம் ஏகபோக அதிகாரம் படைத்தவர்கள் பெண்கள்தான்.

சுகப் பிரசவமாக இருக்குமா?

மூன்று

சரி, பாத்துமாவின் ஆடு உண்மையிலேயே பிரசவிக்கப் போகிறது. நல்ல விஷயம்தான். பிரசவிக்கட்டும். எனக்கு மகிழ்ச்சியாக இருந்தது. பிரசவம் எப்போது?

ஆனும்மா என்னுடைய அறையைக் கூட்டி படுக்கையை உதறி வெயிலில் போட்டுவிட்டு வந்ததும் நான் கேட்டேன்:

"ஆட்டுக்கு ஏதாவது கொடுத்தியா பெண்ணே?"

அதற்குக் கஞ்சித்தண்ணீர் கொடுத்ததாக ஆனும்மா சொன்னாள்.

"கஞ்சித் தண்ணி மட்டும்போதாது. அதுக்கு புல்லு குடுக்கணும். கொஞ்சம் புண்ணாக்கு வாங்கி தண்ணியில ஊற வச்சு கொடுக்குறது நல்லது."

இந்த அறிவுரைகளுடன் கொஞ்சம் அதிகமாக பழத் தோலும் ஒரு சிறுபழமும் ஆட்டுக்குக் கொடுப்பதற்காக ஆனும்மாவிடம் ஒப்படைத்தேன். ஆனும்மா கரிசனமாக அதை என் கண்முன்னால் வைத்து ஆட்டுக்குக் கொடுக்க வும் செய்தாள். ஆனால், இந்தப் பெண்களுக்கு ஏதோ ஒரு பெரிய அபத்தம் நேர்ந்திருக்கிறதென்பது மட்டும் நிச்சயம். இதற்கெல்லாம் அதாரிட்டிகள் பெண்களாக இருக்கலாம். நான் இதை ஒப்புக்கொள்கிறேன். இருந்தாலும், இந்த கர்ப்பம் சம்பந்தமாக அவர்களுக்கு பெரிய அபத்தம் நேர்ந்திருக்கிறது. என் மனதிற்குள் ஒரு உற்சாகம் ஏற் பட்டது. காரணம் என்னவென்றால் என் முன்னால் நிற்கும் இந்த ஆடு சினையாக இல்லை. வயிறு ஒட்டிப் போயிருக்கிறது. ஆடு, சாம்பமரத்தினடியில் உதிர்ந்து கிடக்கும் காய்களைத் தின்கிறது. உம்மாவும் நிற்கிறாள். உம்மா சாம்பக்காய்களை சேகரித்துக்கொண்டிருக்கிறாள்.

சிவந்த பெரிய பனித்துளிகள்போல் பச்சிலைகளி னிடையில் சாம்பக்காய்க்குலைகள் தொங்கிக்கிடந்தன. என் நேரெதிரில், முற்றத்தையடுத்து. அவை, என்னுடைய ரத்தத்துளிகள்.

நான் அப்படியே அமர்ந்திருக்கும்போது வருகிறாள் பாத்துமா. ஆச்சரியம்! ஒரு ஆடும் அவளுடன் வருகிறது. கதீஜாவும் வருகிறாள். ஆனால், பாத்துமாவுடன் வருகிற ஆடு சினையாக இருக்கிறது.

நான் ஆனும்மாவிடம் கேட்டேன்:

"இந்த ஆடு யாரோடது?"

ஆனும்மா சொன்னாள்:

"இது என்னோடது, தாத்தா தந்தது."

பாத்துமா ஆனும்மாவுக்குக் கொடுத்த ஆடு.

உம்மா சொன்னாள்:

"பாத்துமாவோட ஆட்டின் மூத்த மகள்."

அப்படியென்றால் ஆனும்மாவுக்கும் ஒரு ஆடு இருக்கிறது. அது என் பக்கத்தில்தான் வசித்தும் வருகிறது. இருந்தும் இந்த விஷயம் எனக்குத் தெரியாது. இரண்டையும் வேறுபடுத்திப் பார்க்க எனக்குத் தெரியவில்லை. இரண்டுமே தவிட்டு நிறத்தில் ஒரே மாதிரியாகத்தான் இருந்தன. பிறகு, நான் கூர்ந்து பார்த்த போது பாத்துமாவின் ஆட்டின் கண்களைச் சுற்றி ஒரு கறுப்பு அடையாளம்.

ஆடு வந்ததுமே ஓடி வீட்டுக்குள் புகுந்தது. பாத்துமாவிடம் நான் கேட்டேன்:

"ஏன் பாத்துமா, இன்னைக்கு நீயும் ஆடும் வர இவ்வளவு லேட்டாயிடுச்சு?"

பாத்துமா விஷயத்தைத் தெளிவுபடுத்தினாள். கொச்சுண்ணி வாங்கிக் கொடுக்கும் இரவுக்கான புல் போதுமானதாக இல்லை யாம். சினையாக இருக்கிறதல்லவா? அதனால் அக்கம் பக்கத்துத் தோட்டங்களிலும் வயல்களிலும் போய் மற்றவர்கள் பறிப்பதற்கு முன் சீக்கிரமாகப் போய் புல் பறித்துக் கொடுப்பாள்.

பாத்துமா வீட்டுக்குள் ஏறியதும் நாத்தனார்களையும் தங்கைகளையும் சினந்து கொண்டாள். பாத்துமாவின் ஆட்டுக்கு வைத்திருந்த கஞ்சித் தண்ணீர் போதாது.

“அதை அவள் எடுத்து அவளோட ஆட்டுக்குக் கொடுத்திருக்கா. இதை இவளுங்க கவனிக்க வேண்டாமா?”

ஒரு நாத்தனார் சண்டை பார்க்கலாமென்று விரும்பினேன். ஆனால் நாத்தனார் சண்டையோ, மாமியார் சண்டையோ பார்க்க முடிவதில்லை. உம்மாவின் சத்தம் மட்டுமே கேட்கும். எல்லோரையும் தேவைக்குத் திட்டுவாள். அப்போது ஆனும்மாவின் சத்தம் கேட்டது.

“என் ஆட்டுக்குக் கொஞ்சம்தான் கஞ்சித் தண்ணி கொடுத்தேன். கொஞ்சம் நாங்க குடிச்சோம். மிச்சத்தை அப்படியேதான் வெச்சிருக்கோம்.”

நான் கொடுத்த பழத்தோலையும் ஆனும்மாவின் ஆடுதான் தின்றது என்ற பேருண்மையை நான் யாரிடமும் சொல்லவில்லை.

“போதுண்டி, போதும். நீ ஒண்ணும் சொல்ல வேணாம்..” பாத்துமாவின் அங்கலாய்ப்புதான்.

“உம்மாவுக்கும் கூட என்னைப் பிடிக்கல்ல.”

“எடீ,” உம்மா சொன்னாள்: “மரச்சீனிக்கிழங்கு தின்னா, கொஞ்சம் கஞ்சித்தண்ணி குடிக்கணும். நாங்க கொஞ்சம்தான் குடிக்கவும் செய்தோம். உன்னோட ஆட்டுக்குத்தான் அப்படியே வச்சோம்.”

மரச்சீனிக்கிழங்கு தின்றுவிட்டு கஞ்சித்தண்ணீர் குடிப்பதாக உம்மா சொன்னாளே? எப்போது தின்றாள்? விசாரித்தபோது தான் பரிதாபமான அந்த இரகசியம் தெரியவந்தது. உம்மா, ஆனும்மா, ஐசாமா, குஞ்ஞானும்மா ஆகியோர் சரியாகச் சாப்பிடுவதில்லை. அதாவது, அவர்களுக்குச் சாப்பிடக் கிடைப்பதில்லை. ஆண்களுக்கும் குழந்தைகளுக்கும் மட்டுமே அரிசிச் சோறு. மற்றவர்கள் மரச்சீனிக்கிழங்கு தின்று உயிர்வாழ்கிறார்கள். பகல் பதினொரு மணிக்கு, துண்டாக வெட்டிப் போட்டு உலர வைத்த மரச்சீனிக்கிழங்கை குத்தி மாவாக்கி தேங்காய்ப்*பீரையும் உப்பும் சேர்த்து குழாயிலடைத்து புட்டு அவித்துத் தின்பார்கள். ஒரு நுள்ளு தேயிலையை (பெரும்பாலும் சுலைமான் இதை கொடுப்பான்) கொதிக்கும் நீரிலிட்டு சீனியோ, பாலோ சேர்க்காமல் குடிப்பார்கள். பிறகு வேலை

* துருவல் சக்கை

செய்வார்கள். நிறையவே வேலைகளும் இருக்கும். ஆண்கள், சாப்பாட்டு நேரத்தில் மட்டும்தான் வீட்டுக்கு வருவார்கள். பெண்கள்தான் இந்தக் கஷ்டங்களை அனுபவித்துக் கொண் டிருந்தார்கள். இது என் வீட்டில் மட்டும்தான் நடக்கிறது என்றில்லை. பெரும்பாலும் எல்லா மத்தியதரக் குடும்பங்களிலும் இதுதான் நிலைமை. பெண்கள் மிகப்பெரிய சேவைகளைச் செய்து கொண்டிருக்கிறார்கள். இது ஏன் ஆண்களுக்குத் தெரியவில்லை?

அப்துல்காதரின் மனைவி குஞ்ஞானும்மாவின் குரல் கேட்டது:

"பாத்துமா மைனீ, ஆடு பெறும்போது எங்களை மறந்துடாதீங்க, சுபைதாவுக்குக் கொஞ்சம் பாலு கொடுக்கணும்."

ஹனீஃபாவின் மனைவி ஐசாமா கௌரவத்துடன் கேட்டாள்:

"எங்க ரசீதுக்கு பாலு குடிச்சா உள்ளே இறங்காதாக்கும்?"

சுலைமானின் மனைவி ஆனும்மா லேசான பரிகாசத் துடன் சொன்னாள்:

"செய்யதுமுகம்மதுக்கும் பாலு குடிக்கிறலே பெரிய வெட்கமெல்லாம் ஒண்ணும் கிடையாது."

ஆனும்மா பள்ளிக்கூடத்துக்குப் போனவள் என்று சொல்லியிருக்கிறேன் அல்லவா? ஓரளவுக்குப் படித்துமிருக் கிறாள். பாத்துமா, ஆனும்மாவின் அக்காவாக இருந்தாலும் படிப்பறிவு கம்மிதான். ஆகவே, பாத்துமா லேசான கோபத்துடன் சொன்னாள்:

"போதும், போதும். தோல்ல குத்துறதுபோல உள்ள உம் பேச்சு."

கொஞ்ச நேரத்திற்குப்பிறகு நான் மெதுவாக அறைக்குள் நுழைந்தேன். பாத்துமாவின் ஆடு நிற்கிறது. என் பெட்டியின் மீதிருந்த நேத்திரம்பழம் இரண்டை அது அப்படியே வாயில் வைத்திருக்கிறது. பாத்துமாவின் ஆடேதான்! அது கிழக்கு வாசல்வழியாக வந்திருக்கிறது. ஆனும்மா வாசலை மூட மறந்துவிட்டாள்.

நான் சத்தமிட்டுக் கூப்பிட்டேன்:

"ஆனும்மா, பாத்துமா ஓடிவாங்க. உங்க ஆடு ஏத்தன்பழம் சாப்பிடுது."

ஆனும்மாவும் பாத்துமாவும் ஓடிவந்தார்கள்.

ஆனும்மாவுக்கு மகிழ்ச்சி. அவள் சொன்னாள்:

"இது தாத்தாவோட ஆடு."

"போகட்டும் பெரிய காக்கா." பாத்துமா அப்பிராணி போல் என்னை ஆறுதல்படுத்தினாள்: "நான் வேற ரெண்டு பழம் காக்காவுக்கு வாங்கித் தந்துடறேன். அது பசி தாங்க முடியாம தின்னுட்டுது."

ஆனும்மா சொன்னாள்:

"எவ்வளவுதான் தின்னாலும் அதுக்கு பசி தீராது. என் ஆட்டுக்கு வெச்சிருக்குற புல்லையும் அது இப்படித்தான் திருடித் தின்னுடும்."

பாத்துமாவால் இதைத் தாங்கிக்கொள்ள முடியுமோ? அவள் சொன்னாள்:

"போதுண்டி, போதும். உன்னோட ஆடும் புல்லும்."

நான் சொன்னேன்:

"பரவாயில்லை, பிள்ளைங்களுக்கெல்லாம் ஆட்டுப்பால் கொடுக்கணும்."

"எப்படி காக்கா கொடுக்குறது? என்னவெல்லாம் செலவு இருக்கு? பாலை வித்துதான் நாங்க இருக்குற வீட்டு வாசலை சரியாக்கணும்."

என்ன செய்ய முடியும்? பாத்துமாவும் கொச்சுண்ணியும் கதீஜாவும் வசிக்கும் வீட்டின் வாசலைக் கயிற்றால் கட்டி வைத்திருக்கிறார்கள். அதைச் சரிப்படுத்த வேண்டும். என்ன செய்வது?

வீட்டிலுள்ள பெண்களுக்கெல்லாம் நான் போவதற்குள் ஒரு நேரமாவது வயிறு நிறைய சோறு கொடுக்கவேண்டும்.

இதற்கான பணமெங்கே இருக்கிறது? என் கையில் சல்லிக் காசுகூட கிடையாது. இருந்ததை எல்லோருக்குமாகப் பங்குப்போட்டுக் கொடுத்துவிட்டேன் என்று சொன்னால், அது ஒரு நாகரீகமான சொல் மட்டும்தான். உண்மையில் பிடுங்கிப் பறித்துக் கொண்டார்கள். பிறகு அப்படியே உட்கார வைத்திருக்கிறார்கள். நினைத்துப் பார்த்தால் கோபம்தான் வருகிறது. நான் என்னவெல்லாம் கொடுத்திருக்கிறேன்? பணம் கொடுத்தேன். பாத்திரங்கள் வாங்கிக் கொடுத்தேன். கண்ணாடித்

தம்ளர்கள் வாங்கிக் கொடுத்தேன். பிள்ளைகளுக்குத் தலையில் போடுவதற்கு *தட்டு முண்டுகள் வாங்கிக் கொடுத்தேன். இதெல் லாம் செய்தபிறகும் கூட நான் எதுவுமே தரவில்லை என்பது போல் நடந்து கொள்கிறார்கள். கோபம் அப்படியே மூக்கு நுனியில் வந்து நிற்கிறது. மூச்சுவிட்டால் உடனே எகிறி விடுவேன். அபூவைத் திட்டுவேன். ஹனீஃபாவைத் திட்டுவேன். அப்துல்காதரைத் திட்டுவேன். ஹனீஃபாவுடைய, அப்துல் காதருடைய, சுலைமானுடைய பிள்ளைகளை அடிப்பேன். பாத்துமாவின் மகள் கதீஜாவை அடிப்பதில்லை, அவளை வெளியே எங்கும் பார்க்க முடியாததால். மனதில் தோன்றுவதை எல்லாம் பேசும் சந்தர்ப்பங்களில் எல்லாப் பெண்களையும் அதில் சேர்த்துக்கொள்வேன். குறிப்பாக, தம்பிமார்களின் மனைவிமார்களை! என் குரல் அப்படியே உயர்ந்து வரும் போது வீடு நிசப்தமாகிவிடும். பிறகு, நான் அப்படியே உட்கார்ந்து விடுவேன். பாத்துமாவின் ஆடு முற்றத்தில் நின்று காய்ந்த பலா இலைகளைத் தின்றுகொண்டிருந்தது. தின்று வயிற்றை நிரப்பட்டும். இது, பிரசவித்தால் நிறைய பால் கிடைக்கும். சுபைதா, ரசீது, கதீஜா, அபி, செய்யது முகம்மது, பாத்துக்குட்டி ஆகியோர் கொஞ்சம் பால் குடிப்பது நல்லது. ஆனால், பால், நெய் இதையெல்லாம் என் வீட்டில் யாரும் உபயோகிப்ப தில்லை. நான், நெய் சாப்பிடுகிறேன். பால் குடிக்கிறேன். இங்கே, நானொரு விசேஷமான கேஸ். நெய்யையும் பாலையும் பற்றிச் சொல்லும்போது ஒரு சம்பவம் நினைவுக்கு வருகிறது.

பத்து இருபத்தைந்து முப்பது ஆண்டுகளுக்கு முன்பு நடந்த சம்பவம் இது.

பிள்ளைகளாக அப்போது நானும் அப்துல் காதரும் ஹனீஃபாவும் பாத்துமாவும் மட்டுமே இருந்தோம். ஆனும்மா அப்போது பிறந்திருந்தாளா என்பது சரியாக நினைவில்லை. அபூ, இல்லவே இல்லை.

வீட்டில் பால்கறவை நடந்தது. பாலும் தயிரும் தாராளம்.

வாப்பாவுக்கு மர வியாபாரத்தினிடையே படகு வியாபார மும் இருந்தது. மலைகளிலிருந்து மரத்தை வெட்டி அந்த இடத்தில் வைத்தே அவற்றை படகுகளாகக் கட்டி நதிகளின் வழியாகக் கூட்டம் கூட்டமாகக் கொண்டு வந்து மலைவாசிகளை வைத்து செதுக்கி மொத்தமாக, கொச்சிக்குக் கொண்டுபோய் பெரிய தொகைக்கு விற்பது வழக்கமாக நடந்துகொண்டிருந்தது.

---

* முக்காடுத் துணி

அன்றெல்லாம் வீட்டில் எப்போதுமே நெய் இருக்கும். மஞ்சள் நிறம் கலந்த பெரிய மணல் பரல்கள் போன்ற நெய். ஒரு பெரிய கண்ணாடி ஜாடி நிறைய அப்படியே இருக்கும்.

'குடயத்தூர் மலைகளில் குறுந்தோட்டி தின்று வளர்ந்த பசுவின் நெய்.' வாப்பா இப்படி சொன்னதாக எனக்கு ஞாபகம். நெய் ஜாடியின் பக்கத்தில், பளிங்கு ஜாடி நிறைய சீனியு மிருந்தது. இரண்டுமே மூலையில் ஒரு பலகையின் மீதிருந்தன.

நெய்யை சோற்றிலும் மற்ற பதார்த்தங்களிலும் கலந்து சாப்பிடுவது வழக்கம்.

அப்போதெல்லாம் நான் வாப்பாவின் கையிலிருந்து நிறைய அடிவாங்குவது வழக்கம். அப்துல்காதருக்கென்றால் சுத்த மாகவே அடி கிடைப்பதில்லை. எனக்கு மட்டும்தான் தாராள மான அடி. சிலவேளைகளில் அதற்கான காரணம் இருக்கும். சிலவேளைகளில் காரணமே இருக்காது. அப்பாமார்கள் பிள்ளை களை அடிப்பார்கள். அம்மாக்களும் அடிப்பார்கள். ஆமாம்..! என் உம்மாவும் என்னை அடித்திருக்கிறாள். சிரட்டை அகப் பையின் கைப்பிடியால் என்னை அடித்து பல தடவை சமையல் கட்டிலிருந்து விரட்டியிருக்கிறாள். எனக்கு எப்போதும் எதையாவது தின்றுகொண்டேயிருக்க வேண்டும். சமையல்கட்டுக் குள் நுழைந்து எதையாவது கையிட்டு அள்ளித் தின்பேன். அப்துல்காதரும் இப்படித் தின்றிருக்கிறான். ஆனால், இதை யாருமே நம்புவதில்லை. அவன் திருடித் தின்றாலும் அதைச் செய்தவன் நான்தான். அடியும் எனக்குத்தான்.

அன்றொரு நாள், காலையில் நாஷ்டாவுக்கும் மதியச் சாப்பாட்டுக்குமிடையிலான சுபமுகூர்த்த வேளை. பசி இலேசாகத் தலைகாட்டத் தொடங்கியிருந்தது. சுலபமாக ஏதாவது தின்பதற் கேற்ற நேரம் அது. நான் சமையல்கட்டுக்குச் சென்றேன். அங்கே, உம்மா இருந்தாள், வேலைக்காரியும் இருந்தாள். வேலைக் காரியின் பெயர் நங்ஙேலி. இந்த நங்ஙேலியும்கூட என்னை அடித்ததுண்டு. பல தடவை அடித்து விரட்டியிருக்கிறாள்.

நான் சின்ன முதலாளி. சின்ன முதலாளிகளை வேலைக் காரிகள் அடிக்கக்கூடாது. இந்த நியாயம் அங்கே நடைமுறையில் இல்லை. உம்மாவிடம் சொன்னால்: "நல்லதுதான். நீ கைபோட்டு அள்ளின பிறகுதானே அடிச்சா?" என்று சொல்லிவிடுவாள். மட்டுமல்ல, இந்த நங்ஙேலியிடம் நான் பால் குடித்திருக் கிறேனாம். (பல, அழகான மாதரசிகளிடமிருந்து நான் பால் குடித்திருக்கிறேன். உம்மாவும் மற்ற பலரும் சொன்ன விஷயம் இது. கண்ட கண்ட பெண்களிடமிருந்தெல்லாம் நான் பால் குடித்தேனா? இந்த நானா? ச்சே!) அப்படியே யோசித்தபடி

நின்றிருந்தேன். சரி, ஒரு மாங்காயைக் கடித்துத் தின்றுவிடலாம். ஆனால், அதுகூட கிடைப்பதற்கான மார்க்கமில்லை. நங்ஙேலி சொன்னாள்:

“கொஞ்ச நேரம் பசிக்கட்டும்! இப்ப சாப்பிடலாம். இல்லேன்னா ரெண்டு அடி வாங்குவே”

ம்ஹூம்! எதுவும் பேசாமல் அங்கெல்லாம் நடந்து திரிந்த படி அறைக்குள் நுழைந்தபோது புதிதாக ஒன்றைக் கண்டுபிடித் தேன். நெய்யும் சீனியும் அருகருகே இருக்கின்றன. இரண்டும் ஒன்று சேரும்போது சில அனுகூலங்கள் உண்டு. ம்ஹூம்! பிறகு தாமதம் செய்யவில்லை. ஒரு குழிந்த பீங்கான் பாத்திரம் எடுத்தேன். யாரும் பார்க்காமல், வாப்பா வழக்கமாகப் படுக்கும் அறைக்குள் சென்றேன். நெய்யிலிருந்த ஜாடியை மெல்ல எடுத்து வாப்பாவின் கட்டிலில் வைத்தேன். அடைப்பை மெதுவாக உருவி என் பரிசுத்தமான கையால் நெய்யை அள்ளியெடுத்து பாத்திரத்தில் பகுதியளவு நிறைத்தேன். பிறகு ஜாடியை பழைய படி மூலைப் பலகையில் வைத்தேன். சீனியையும் அதுபோல் அள்ளி குழிந்த பீங்கான் பாத்திரத்தில் தாராளமாகப் போட்டேன். ஜாடிகள் இரண்டும் அந்தந்த இடங்களில். யார் பார்த்தாலும் எந்த மாற்றமும் நிகழ்ந்ததாகத் தோன்றாது. வாப்பா எடுப்பதைப் போலவே சமப்படுத்தி வைத்திருக்கிறேன். வாப்பா ஸ்பூனால் நெய்யை எடுத்துவிட்டு ஜாடியின் மேற்பகுதி நெய்யை அழகாக நிரப்பிவிடுவார். அதைப் போல் நானும் கையால் நிரப்பி வைத்துவிட்டு வாப்பாவின் கட்டிலில் அமர்ந்து நெய்யையும் சீனியையும் கலந்து குழைத்து கொஞ்சம் வாயிலிட்டு கரமொர வென்று மென்று தின்றேன். சீனி, பரவலாகக் கிடந்ததால் நன்றாகக் கரையவில்லை. இருந்தாலும் ஸ்டைலாகத் தின்று கொண்டிருந்தேன். அப்போது மெதுவாக, மிக மெதுவாக இரகசியமான ஒரு குரல். நான் திடுக்கிட்டேன். குரலுக்குரியவன் அப்துல்காதர்தான். அவன் பக்கத்தில்தான் நின்றுகொண் டிருந்தான். எப்போது, எப்படி இந்த அறைக்குள் இவன் வந்தான். எந்தப் பிடியும் கிடைக்கவில்லை. அவன் கேட்டான்:

“காக்கா, என்ன திங்கிறே?”

நான் மெதுவாகச் சொன்னேன்:

“ஒரு மருந்து.”

“நான் காக்காவோட பின்னாலதான் நின்னுட்டிருந்தேன். எல்லாத்தையுமே நான் பாத்துட்டேன். எனக்கும் தா. இல்லேன்னா நான் சொல்லிக் கொடுப்பேன்.”

மிகவும் மெதுவாக ரகசியம் பேசுவதுபோல் நான் கேட்டேன்:

“டேய், நீ என் தம்பியில்லையா?”

“அப்ப எனக்கும் தா.”

நான் அவனுக்கும் கொடுத்தேன். பாத்திரத்தை நக்கி சுத்தம் செய்ததும் அவன்தான்.

“இனி நான் எடுக்கமாட்டேன்.” நான் சொன்னேன்:

“நீயும் எடுக்கக்கூடாது.”

இதற்கு ஒப்புக்கொண்டு நாங்கள் வெளியே வந்தோம். பாத்திரத்தை இருந்த இடத்தில் கொண்டுபோய் வைத்துவிட்டு உலகத்தில் எதுவுமே நிகழவில்லை என்பதுபோல் நாங்கள் நடந்தோம். இந்தச் சம்பவத்தை நான் இத்துடன் மறந்தும் விட்டேன்.

இதற்குப் பிறகு சீனியையும் நெய்யையும் நான் எடுக்கவே இல்லை என்பதுதான் உண்மையிலும் உண்மை. நெய்யின் குணாம்சங்கள் எதையும் தெரிந்து கொள்ளவுமில்லை. நிஜ மாகவே சாப்பிட எதுவுமில்லாதபோதுதான் நான் நெய்யும் சீனியும் தின்றேன். அவ்வளவுதான். தின்பதற்குப் பல பொருட்கள் வீட்டிலிருந்தன. பலாப்பழமிருந்தது. மாம்பழமிருந்தது. சிக்கார் அலமாரியில், வறுத்த இறைச்சி ஒரு ஜாடியிலிருந்தது. நான் இதிலெல்லாம் என் கவனத்தைப் பதித்துக்கொண்டு அப்படியே நடந்துகொண்டிருந்தேன். நாட்கள் இப்படியே நகர்ந்து கொண் டிருந்தன. இப்போதெல்லாம் நான் அடிக்கடி அடி வாங்கத் தொடங்கியிருக்கிறேன். அப்துல்காதருக்கு வியாதி அதிகமாகிக் கொண்டுமிருந்தது.

அடிவாங்குவதற்கான காரணம், நெய்யை யாரோ அப்படியே அள்ளியெடுத்து திருடித் தின்கிறார்கள். ஜாடியின் வெளிப்புறத் திலும் கட்டிலிலும் அடையாளங்களிருக்கின்றன. நான் அடிவாங்கிக் கொண்டிருந்தேன். அப்துல்காதருக்கு நோயல்லவா? வேடிக்கை என்னவென்றால் அவன் அப்படியே குதிர்போல் வீங்கிக்கொண்டிருக்கிறான். தாங்கமுடியாத தண்ணீர் தாகம் அவனுக்கு. எதுவுமே சாப்பிட முடியவில்லை.

“புள்ளைக்கு என்னவோ நோய்.” உம்மாவும் நங்ஙேலியும் சொல்லிக்கொண்டார்கள். வாப்பா *கணியானைக் கூப்பிடப் போனார். கணியான்தான் அப்போது பெரிய வைத்தியர். ஆயுர்வேதம் தான். சிகிச்சை செய்ய வேண்டுமல்லவா?

* ஜோதிடர்

அப்போது உம்மா அப்துல்காதரை மடியில் தூக்கி வைத்து மனவேதனையுடன் தடவிக்கொடுத்துக் கொண்டிருந்தாள்.

"அல்லா, எந்தங்கத்துக்கு, ஒடம்புக்கு என்ன?"

நங்ஙேலி சொன்னாள்:

"எந் தங்கக் கொடத்துக்கு ஒண்ணும் வந்துடப்புடாது."

அப்துல்காதர் எந்தப் பதற்றமுமில்லாமல் நோயாளியாக, தடியனாக, வீட்டின் முக்கியப் பிரமுகராக அப்படியே வாழ்ந்து கொண்டிருக்கிறான்.

நான் அப்துல்காதரின் முகத்தைப் பார்த்தேன், "டேய், கள்ளா, நீ அந்த நெய்யை எல்லாம் திருடித் தின்னுதானே இப்படித் தடியனாகி இருக்கே?" என்ற பாவனையை முகத்தில் தேக்கியபடி.

அவன் அசைந்து கொடுக்கவே இல்லை. கணியான் வந்தார். அதற்குப்பிறகு மற்றொரு வைத்தியரான வேலன் வந்தார். கடைசியில் *முஸல்யார் வந்தார்.

நாட்கள் அப்படியே கடந்தன. நெய் குறைந்துகொண்டிருந்தது. வழக்கம்போல் நான் அடிவாங்கிக்கொண்டிருந்தேன். அப்துல்காதர் வீங்கிக்கொண்டிருந்தான். மருந்துகள் எதையும் அவன் சாப்பிடுவதில்லை. யாருக்கும் தெரியாமல் அவற்றைக் கொட்டிவிடுவான். எப்போதாவது கொஞ்சம் சோறு உண்பான். அவன் உடம்புக்கு ஏலாதவன் என்பதால் எல்லோரும் அவனைச் சீராட்டினார்கள். அவனுக்கு எந்தச் சோர்வுமில்லை. அப்படியே திரிவான். நல்ல வேலைடா இது!

தினமும் அவன் நெய்யும் சீனியும் தின்கிறான் என்பது எனக்குத் தெரியும், ஆனால், யாரிடம் போய்ச் சொல்லமுடியும்? சொன்னால் யாராவது நம்பப்போகிறார்களா?

ஒருநாள் யாருக்கும் தெரியாமல் அவனுக்குக் கொஞ்சம் பொரித்த இறைச்சி கொடுத்தேன். அதை யாருக்கும் தெரியாமல் நான் அலமாரியிலிருந்து திருடினேன். அதை அவன் வாங்கித் தின்றதும் நான் சொன்னேன்:

"டேய், நீ என் தம்பிதானே? உள்ளதைச் சொல்லு. நீ இப்பிடி வீங்கி, தடிமாடா ஆனது நெய்யும் சீனியும் தின்னு தானே."

---

* மதப்பண்டிதர்

“நீ சும்மா இரு காக்கா, எனக்கு உடம்புக்கு சுகமில் லேன்னு சொன்னம்லா?”

இவனது திருட்டுத்தனத்தை பொதுஜனங்களின் கவனத் திற்கு கொண்டு வருவது எப்படி? சொன்னால் யார் நம்புவார் கள்? இருந்தாலும் நான் உம்மாவிடம் சொன்னேன். நங்ஙேலி யிடமும் சொன்னேன். நெய்யையும் சீனியையும் தின்று தீர்க்கும் பெருந்திருடன் அப்துல்காதர்தான் என்று.

நினைத்ததுபோல்தான். யாருமே நம்பவில்லை. என் இருதய சுத்தியின் காரணமாக ஒரு சம்பவம் நடந்தது. ஒரு வெள்ளிக் கிழமை, வாப்பா ஜும்ஆ தொழுகைக்காக பள்ளிவாசலுக்குச் சென்றிருந்தார். உம்மா, சில பெண்களுடன் அடுத்த வீட்டிலிருந்து பேன் பார்த்தபடியே ஊர் நியாயம் பேசிக்கொண்டிருந்தாள். கூடவே, அப்துல்காதரின் புனித வியாதியைப் பற்றியும் பேசி னாள். அதையெல்லாம் கேட்டுக்கொண்டிருந்துவிட்டு நான் வீட்டுக்கு வந்தேன். நங்ஙேலி தூங்கிக் கிடந்தாள். அடுப்படிக்குள் நுழைந்த நான் சிறு சிறு சோதனைகள் நடத்தினேன். சிலவற்றைக் கையிட்டு அள்ளித்தின்றேன். பிறகு, அறையில் புகுந்து மெல்ல வராந்தாவுக்கு வந்தேன். வாப்பா படுத்திருக்கும் அறைக்குள் ஏதோ ஒரு அசைவு தென்பட்டது. ஒரு கரமுரா சத்தம்! நான் மெல்ல எட்டிப் பார்த்தேன். வாப்பாவின் கட்டிலின் அடியில் இரண்டு கால்கள் தெரிந்தன. அதிலொன்று சூம்பிப் போயிருந்தது.

அப்துல்காதர் நெய்யும் சீனியும் தின்கிறான்.

நான் மெதுவாக, மிக மெதுவாக வெளியே வந்து ஓடி உம்மாவிடம் சென்றேன்.

“அப்துலுவோட நோயைப் பாக்கணுமா? ஓடிவாங்க.”

எல்லாரையும் கூட்டிக்கொண்டு வந்து மெதுவாக வாசல் பக்கத்தில் நிற்க வைத்துவிட்டு நான் உள்ளே போய்க் கதவுகளை டப்பென்று திறந்து விரித்தேன்.

அப்துல்காதர் குழிந்த பீங்கானில் நெய்யும் சீனியும் தின்ற வாறே கட்டிலுக்கு அடியில் பதுங்கியிருக்கிறான்.

அவனை கையும் களவுமாக நான் வெளியே கொண்டு வந்தேன். உம்மா அவனைச் சரமாரியாக அடித்தாள். சத்தத்தை யும் கூப்பாட்டையும் கேட்டு நங்ஙேலியும் விழித்துக்கொண்டாள். அவளும் விஷயத்தை அறிந்து அவனை அடித்தாள்.

அந்த அழகான காட்சியை நான் பார்த்துக்கொண்டு நின்றேன்.

வாப்பா வந்தபிறகு வாப்பாவும் அவனை அடித்தார்.

இதெல்லாம் முடிந்த பிறகு தனியாக இருக்கும்போது என்னிடம் கேட்டான்:

"நான் காக்காவோட தம்பியில்லையா, என்னை ஏன் காட்டிக் கொடுத்தே?"

நான் சொன்னேன்:

"பெருந்திருடா, நீ செய்த வேலைக்காக நான் எவ்வளவு அடி வாங்கியிருக்கேன். அப்ப நீ நினைச்சுப் பாத்தியா, இவன் நம்ம காக்கா இல்லையான்னு? பெருந்திருடா."

இதையெல்லாம் நினைத்தபடியே நான் சிரித்துக்கொண்டிருந்தேன். அப்போது என் வயதான தாயார் வந்தாள். வந்ததும் அந்த மூதாட்டி கேட்டாள்:

"நீ எதுக்குடா சிரிச்சுக்கிட்டிருக்கே?"

நான் சொன்னேன்:

"ஒரு பழைய சம்பவத்தை நினைச்சுச் சிரிச்சேன். அப்துலு, சீனியும் நெய்யும் திருடித் தின்னு வீங்கிப்போன கதையை."

"ஓ..! நீ அதை இன்னும் மறக்கலையா?"

"இல்லே."

"உங்கிட்ட பைசா இருந்தா ஒரு அஞ்சு ரூபா தா. பாத்துமாவோட ஆடு கஞ்சிக் கலயத்தை ஒடைச்சிடுச்சி."

"பெரிய காக்கா, அது என் ஆடு இல்லை. ஆனும்மாவோடதாத்தான் இருக்கும்."

ஆனும்மா வந்து சொன்னாள்:

"என் ஆடு இல்லே. தாத்தாவோட ஆடுதான்."

பாத்தும்மா சொன்னாள்:

"போதுண்டி, போதும். பெரிய காக்கா இருக்குறது தெரியாதா உனக்கு? கொஞ்சம் அடங்கி ஒதுங்கி இரு. அது என் ஆடுதான்னு ஒனக்கு எப்படித் தெரியும்? அத முதல்ல நீ சொல்லு"

ஆனும்மா சொன்னாள்:

"நான், பெரிய காக்காவும் அறியட்டும்னுதான் சொல்லு றேன். தாத்தாவோட ஆடு வந்தா நான் உடனே என் ஆட்டைக் கொண்டுபோய் உள்ளே கட்டிப்போட்டுடுவேன். தாத்தாவோட ஆடு, என் ஆட்டோட புல்லைத் திருடித் தின்னுடும். எங்க கிழங்கு புட்டையும் திருடித் திங்கும். எங்க கடுஞ்சாயாவையும் கூட அது திருடிக் குடிக்கும். பிள்ளைங்களுக்கு ஒண்ணுமே கிடைக்காது. எல்லாத்தையும் தாத்தாவோட ஆடுதான் திங்கும்."

பாத்துமா அவமானத்துடன் வீம்பு பேசினாள்:

"போதுண்டி, போதும். உன் ஆட்டுக்குத் திருடவே தெரியாது. உனக்கு எங்க இருந்துடீ அந்த ஆடு கிடைச்சுது?"

ஆனும்மா சொன்னாள்:

"அது, தாத்தா தந்ததுதான்."

"எடீ," பாத்துமா சொன்னாள்:

"இந்த *துனியாவுலெ எத்தனை தாத்தாமார் தங்கச்சிங் களுக்கு ஆடு கொடுக்குறா? அதச் சொல்லுடீ."

ஆனும்மா சொன்னாள்:

"ஓ ... எவ்வளவோ தங்கச்சிங்களுக்கு தாத்தாமார் ஆனையே கொடுத்திருக்காங்க, அதுக்கெடையிலெ இம்புட்டுபோல ஒரு ஆட்டைச் சொல்ல வந்துட்டா."

பாத்துமாவுக்குக் கோபம் வந்தது. அவள் சொன்னாள்:

"பெரிய காக்கா இருக்கிறதுனால நீ தப்புனே, இல்லேன்னா உன்ன நான் வச்சுப் பாத்திருக்கமாட்டேன். எடீ, ஆண்டவனுக்கு அடுக்காத எதையும் பேசக்கூடாதுடி. எங்கிட்டே ரெண்டாடு இருந்ததுலே ஒண்ணை எம் பொன்னுத் தங்கச்சின்னு சொல்லி உனக்குத் தந்தேன். மொதல்ல அதை ஞாபகத்திலே வச்சிக்கோ."

பாத்துமா என் பக்கத்தில் வந்து நின்று மெதுவாகக் கேட்டாள்:

"கதீஜாவோட கம்மல் விஷயத்தை மறந்துட்டீங்களா காக்கா?"

---

* உலகம்

நானும் மெதுவாகச் சொன்னேன்:

"இல்லே."

பாத்துமா மெல்ல உபதேசித்தாள்:

"யாரும் அறியவேணாம்."

ஆனும்மா உடனே என் பக்கத்தில் வந்து கேட்டாள்:

"தாத்தா ரகசியமா எதோ சொன்னாளே, அது என்னது பெரிய காக்கா?"

பாத்துமா ஓடி வந்து சொன்னாள்:

"ஒண்ணும் இல்லடி."

"இல்லே," ஆனும்மா சொன்னாள்: "எனக்குத் தெரியும். எங்களுக்குத் தெரியாம தாத்தாவுக்கு என்னமோ தர்றதா காக்கா சொல்லியிருக்குறீங்க அது என்னது, பெரிய காக்கா?"

அப்போது தொலைவிலிருந்து இரண்டு அசரீரி குரல்கள் சேர்ந்து ஒலித்தன. அப்துல்காதரின் மனைவி ஆனும்மாவின் குரலும் ஹனீஃபாவின் மனைவி ஐசாமாவின் குரலும்.

"அது, ஏதாவது பொன்னோ, பண்டமாவோ இருந்தா எங்க புள்ளைங்களுக்கும் வேணும்."

இந்த ஞானோதயம் அவர்களுக்கு எப்படியேற்பட்டது என்பது எனக்குத் தெரியாது. பெண் குலத்திற்கு இப்படியெல்லாம் ஏற்படுமாக இருக்கலாம்.

ஆனால், இதைக் கேட்டதும் பாத்துமாவுக்குத் திரும்பவும் வெப்ராளம் வந்தது. அவள் சொன்னாள்:

"எடீ, கதீஜா, நம்ம ஆட்டைக் கூப்பிடு. நாம போவோம். இப்படிப்பட்ட மூத்தவளுங்கதான் இங்கே இருக்குறாளுங்க. நமக்கு இனிமே இந்த வீட்டுலே காலெடுத்து வைக்கப்புடாது."

ஆனும்மாவுக்குப் புரிந்துவிட்டது. அவளுக்கு மகிழ்ச்சியாக இருந்தது. அவள் சொன்னாள்:

"*ரப்பே, அதேதான். பொன்னேதான். காக்கா என்ன தர்றேன்னு சொல்லியிருந்தீங்க?"

---

* ஆண்டவா

நான் சொன்னேன், அதாவது பிரகடனம் செய்தேன்.

“எல்லாவளும் கேட்டுக்குங்க, கதீஜாவுக்கு நான் ரெண்டு கம்மல் செய்து தர்றேன்னு சொல்லியிருக்குறேன். செய்து கொடுக்கவும்தான் போறேன். இதிலே உங்க யாருக்காவது ஆட்சேபனையுண்டா?”

ஆனும்மா சொன்னாள்:

“பெரிய காக்கா எனக்கும் ரெண்டு கம்மல் வேணும்.”

“போதுண்டி உன் குசும்புப் புத்தி. போதும் நீ உன் புத்தம் வீட்டுக்கு மாறிப் போகும்போது வேண்டிய பாத்திரங்களை எல்லாம் பெரிய காக்கா, வாங்கித் தரணும்னு கேட்டவதானேடி நீ? பெரிய காக்கா வாங்கித் தர்றேன்னும் சொல்லியிருக்காங்கடி. எனக்கு எல்லாம் தெரியும்டீ. கேட்டுக்கடி என் தங்கச்சிக்காரி.”

இந்த ரகசியம் பாத்தும்மாவுக்கு எப்படித் தெரியும்? பெண் களின் விஷயங்களல்லவா? பெண்குலத்தின் உள் விவகாரங்கள் மடைய சிரோன்மணிகளாகிய ஆண்வர்க்கத்திற்கு என்ன தெரியும்? டுங்கு, டுங்கு.

நான்கு

ஏதோ ஒரு சத்தம் கேட்டு சமையல் கட்டுக்கு நான் சென்றபோது என் உம்மாவின் தலைமையில் சகல பெண்களும் பதற்றத்துடன் நின்றிருந்தார்கள். நடுவில் பாத்தும்மாவின் ஆடு. அதற்கு தலை இல்லை. அதாவது, அது ஆவேசத்துடன் எப்படியோ ஒரு கலயத்தில் தலையை நுழைத்துவிட்டது. பிறகு, அதை எடுக்க முடியாமல் கலயத்துடன் நின்றுவிட்டது. நின்றுவிட்டது என்றால் பெண்கள் எல்லாம் சேர்ந்து அதைப் பிடித்து நிறுத்தி யிருக்கிறார்கள். கலயத்தை எப்படி எடுப்பது? இதுதான் தலையாய சிந்தனை.

பாத்துமாவின் ஆடு செய்த இந்த வேண்டாத்தனத்தை நான் பார்த்துவிட்டேன். பாத்துமாவுக்கு இதில் இலேசான மனவருத்தம் இருக்கும்போல், "இது இப்படியெல்லாம் செய்யக்கூடிய ஆடு இல்லே, பெரிய காக்கா" என்று சொன்னாள். சகவாசதோஷமாக இருக்கலாம்.

நான் ஒரு சிறு கல்லை எடுத்து கலயத்தை உடைத்து ஆட்டை விடுவித்தேன்.

"அய்யடா, இது எங்களுக்குத் தெரியாதாக்கும்." உம்மா சொன்னாள்:

"புத்தியைப் பாரேன்! நல்ல ஒரு கலயத்தை உடைச்சிட்டான்."

நான் அவமானத்துடன் திரும்பி வந்து வராந்தாவில் உட்கார்ந்திருந்தேன். அப்போது அப்துல்காதரின் மூத்த மகள் பாத்துக்குட்டி ஓடிவந்து "பூத்தாப்பா" என்று என்னைக் கூப்பிட்டாள். அவளது வாயின் மேல்பகுதியில் ஒன்றிரண்டு பற்களில்லை. அவள் சொன்னாள்:

"அபி என்னை அடிச்சான்."

அபி ஓடிவந்து சொன்னான்:

"தாத்தா, பீயை அச்சா."

இனிமேல் சண்டை போடக்கூடாது என்று தாக்கீது செய்து அனுப்பி வைத்தேன். அப்போது இன்னொரு வழக்குடன் செய்துமுகம்மது வருகிறான்.

"மாமா" என்று கூப்பிட்டபடி, "லைலா என்னை உள்ளாடத்திப்பாருன்னு கூப்பிட்டா."

கொடுமையிலும் கொடுமை. ஓர் ஆண்மகனை ஒருபெண், மீண்டும் உள்ளாடத்திப்பாருவென்று அழைப்பதா?

"லைலா", நான் கூப்பிட்டேன். லைலா வந்தாள் கண்களை நிரப்பியபடிதான். வந்த உடனே சொன்னாள்:

"பெரிய மூத்தப்பாவெ கூட்டிட்டுப் போவமாட்டேன்."

"கூட்டிட்டு போவ வேண்டாண்டி நீ. கம்பெடுத்துட்டு வாடா."

செய்து முகம்மது இடும்பன் புளிய மிளாறுகளை எடுத்துக் கொண்டு வந்தான். அதைக் காட்டி லைலாவை பயமுறுத்தி இனிமேல் யாரையும் இப்படிக் கூப்பிடக்கூடாது என்ற அறிவுரை யுடன் அனுப்பி வைத்தேன். திடீரென்று, சில கோழிகள் பயங்கரமாக கொக்கரித்தபடி பறந்தோடி சாய்வு நாற்காலியில் படுத்திருந்த என்மீது வந்து விழுந்தன. பின்னால் பாய்ந்தோடி வந்தது, பாத்துமாவின் ஆடு. விசேஷமாக ஒன்றுமில்லை. மீண்டும் மற்றொரு சிறு கலயத்தை பாத்துமாவின் ஆடு உடைத்திருக்கிறது. இரண்டு ஆனும்மாக்களின், ஒரு ஐசாமாவின் கூப்பாடுகள், உம்மாவின் வசவு, குழந்தைகளின் சிரிப்பு, பாத்துமாவின் வேதனைக்குரல். எனக்கு எதுவுமே தெரியாது என்பதுபோல் பலா மரத்தடியில் நின்று கொண்டிருந்தது, பாத்துமாவின் ஆடு.

நான்கு மணியானதும் நான் கொஞ்சம் நடப்பதற்காக இறங்கினேன். அப்படியே சந்தைக்குச் சென்றேன்.

அப்போதுதான் ஆச்சரியமான அந்த சம்பவத்தைப் பார்த் தேன். ஒரு சிறு கூடை நிறைய சாம்பக்காய்களுடன் அபியும் பாத்துக்குட்டியும் சந்தை ஆரவாரங்களுக்கிடையில் உட்கார்ந் திருக்கிறார்கள். ஆயிரமாயிரம் யானைகளினிடையே இரண்டு எலிக்குஞ்சுகள்போல். இரண்டு பேரும் வியாபாரம் செய்கிறார் கள். அபிதான் வியாபாரி.

"பீக்க ஒத்தக்கை காலணா, ரெண்டு கையும் ஒண்ணு கூடயும் ரெண்டு காலணா."

அதாவது, ஐந்து சாம்பக்காய்கள் காலணா, அரையணாவுக்கு பதினொரு காய்கள். அபியின் ஒரு கையில் ஐந்து விரல்கள் அல்லவா? இந்த வியாபார அணுகுமுறையை நான் கவனித்துக்கொண்டே நின்றிருந்தேன். மொத்தம் ஆறணாவுக்கு வியாபாரம் செய்தான். ஆறணாவையும் நான் வாங்கிக் கொண்டேன்.

அன்றிரவு உம்மாவின் கையில் நான் எட்டணா கொடுத்தேன். உம்மாவுக்கு மகிழ்ச்சி. சாப்பிட்டுவிட்டுத் தூங்குவதற்கு முன் நான் பிள்ளைகளை வளர்க்கவேண்டிய முறைகளைக் குறித்து அங்கிருந்த தகப்பன்மார்களிடம் பேசினேன். தாய்மார்களுக்கு நல்ல சோறு கொடுக்கவேண்டிய அவசியத்தைக் குறித்தும் பேசினேன். பிள்ளைகளை சுத்தமாக வளர்த்த வேண்டிய முறைகளைப் பற்றியும் பேசினேன். வீட்டையும் சுற்றுப்புறத்தையும் சுத்தமாகப் பராமரிப்பதுபற்றி பேசினேன். எல்லாவற்றிற்குமாகச் சேர்த்து ஹனீஃபா ஒரு பதில் சொன்னான்.

"நான் பட்டாளத்துக்கே போயிர்றேன்."

அபூ சொன்னான்:

"பெரிய காக்கா மட்டும் கொஞ்சம் கவனிச்சா போதும். கொஞ்சம் பைசா செலவு செய்யணும். நமக்கு இந்த வீட்டுக் கூரையை மாத்தி ஓடு பாவணும். பெரிய காக்கா வந்ததுனால முற்றம் சரியாச்சு."

பணத்தைப் போட்டு சரி செய்தது நான். ஒரு லோடு கல் இறக்கிக் கட்டியிருந்தேன்.

"அதெல்லாம் போகட்டும்." அப்துல் காதர் சொன்னான்

"பாத்துமாவோட ஆடு குட்டி போடட்டும்."

சில நாட்கள் சென்றன.

டும்! பாத்துமாவின் ஆடு பிரசவித்தது.

மத்தியான நேரம் என்று நினைக்கிறேன். சுபமுகூர்த்தம். இலேசான சாரல் மழை வீசியது. விஷயத்தை அறிந்ததுமே எனக்குப் பதற்றமாகிவிட்டது, ஏதாவது ஆபத்துகள் நிகழக்கூடுமல்லவா? பேறுகாலத்தின்போது இறந்துபோன பல சம்பவங்களும் நினைவுக்கு வந்தன. எனக்கு மிகுந்த வருத்தம் தோன்றியது. உம்மாவை ஒரு நூறு தடவையாவது கூப்பிட்டிருப்பேன்.

"உம்மா அது பக்கத்திலேயே நின்னுக்குங்க" என்று நான் கேட்டுக்கொண்டேன். உம்மா எதுவும் சொல்லவில்லை. எனக்குப் பதற்றம் அதிகரித்தது. என்ன நடக்கப்போகிறதோ? அங்கே போய்ப் பார்த்தால் என்ன? ஆனால், அதற்கான மனத் திட மில்லை. இருந்தாலும் ஒரு தடவை அங்கு எட்டிப் பார்த்துக் கொண்டேன். ஆட்டை மட்டும் காணமுடியவில்லை. ஒரு பெரும் மக்கள் திரளே அங்கிருந்தது. உம்மா, இரண்டு ஆனும்மாக் கள் ஐசாமா, பாத்துக்குட்டி, அபி, ஆரிஃபா, செய்து முகம்மது, ரஷீது, சுபைதா இவர்களுடன் பக்கத்து வீட்டுப் பெண்களும். பெரிய திருவிழாக் கூட்டம். எல்லோரும் மகிழ்ச்சியுடன்தான் காணப்பட்டார்கள்.

யாருக்கும் எவ்விதப் பதற்றமும் இல்லாதது ஏன்? நான் உம்மாவைக் கூப்பிட்டுக் கேட்டேன்:

"பாத்துமாவைக் கூப்பிட ஆளனுப்பியாச்சா?"

பாத்துமா அல்லவா அங்கே இருக்க வேண்டிய முக்கியமான நபர்? ஆனால், அவளைக் கூப்பிட இன்னும் ஆள் அனுப்ப வில்லை. உம்மாவுக்கும் மற்ற பெண்களுக்கும் இது வெறும் 'சூ' என்பதுபோல். அப்போதுதான் தெரிந்தது, அவர்களில் யாருக்குமே இது ஒரு பெரிய விஷயம் இல்லையென்பது. அவர்களெல்லாம் ஆளாளுக்கு நிறையக் குழந்தை பெற்றவர்கள். உம்மாவை எடுத்துக் கொண்டால், இன்னும் அதிகமாகப் பெற்றவள். உம்மாவின் மக்களான பாத்தும்மாவும் ஆனும்மா வும் கூட தாய்மார்கள்தான். உம்மாவின் ஆண்மக்களின் மனைவி மார்களான ஆனும்மாவும் ஐசாமாவும் குழந்தை பெற்றவர்கள் தான். இந்த, பிரசவம் என்ற விஷயங்களெல்லாம் அவர்களுக்குச் செய்திகளே அல்ல. யாராவது பெற்றதாகக் கேள்விப்பட்டால் "ஆணா, பொட்டையா?" என்றொரு அனிச்சையான சொல் வாயிலிருந்து விழும், அவ்வளவுதான்.

ஆனால், இதுபோன்ற முன் அனுபவங்களில்லாத எனக்குக் கொஞ்சம் பதற்றமாகத்தான் இருந்தது.

மேற்குத் திசையைப் பார்த்தவாறே நான் நாற்காலியில் தனியாக அமர்ந்திருந்தேன். எந்த விவரமும் தெரியவில்லை. அங்கே என்ன நடந்துகொண்டிருந்ததோ நான் கொஞ்சம் அதிகமான பீடிகளைப் புகைத்துத் தீர்த்தேன். சிறிது நேரம் அங்குமிங்குமாக உலாத்தினேன். அப்படி நடக்கும்போது அபியும் பாத்துக்குட்டியும் சேர்ந்து அங்கே வந்தார்கள். அபி, வீரமுழக்கம் செய்கிறான்.

"பீதான் மொதல்லெ கண்டேன்."

பாத்துக்குட்டி சொன்னாள்:

"அபியில்லெ, நான்தான்."

லைலா சொன்னாள்:

"காக்காவைக் கூட்டிட்டு போவமாட்டேன். நான்தான் மொதெல்ல கண்டேன்."

இந்தக் குட்டிக் குறுமான்கள் எதை முதலில் பார்த்தன?

நான் அபியிடம் கேட்டேன்.

"எதைடா நீ மொதல்ல கண்டே?"

அபி பெருமையுடன் சொன்னான்:

"அது முழுசாட்டுப் பெறந்ததை... பீதான் மொதல்ல கண்டேன்."

"ஆடு பெத்தாச்சா?" நான் கேட்டேன். பாத்துக்குட்டி சொன்னாள்:

"பெத்தாச்சு... அது முழுசாட்டுப் பொறந்ததை நான் தான் மொதல்லெ கண்டேன், பூத்தப்பா."

அப்பாடா, பிரசவித்துவிட்டது. எந்தப் பிரச்சினையும் இல்லாமல். எனக்கு நிம்மதியாக இருந்தது. நான் போய்ப் பார்த்தேன். தாயும் குட்டியும் திண்ணையில். வெளுத்த நோஞ்சான் குட்டி. இந்த மாபெரும் பிரபஞ்சத்தை எந்த ஒரு பிரமிப்புமில்லாமல் பார்த்தபடியே கிடந்தது, குட்டி.

தாயை சூடுதண்ணீரில் குளிக்க வைக்கவும் அதற்குப் பால் கொடுக்கவுமெல்லாம் சொல்லத் தோன்றியது. ஆனால், பால் எங்கிருந்து? சூடுதண்ணீர் இருக்கிறது. நான் ஏதாவது சொன்னால் பெண்களுக்கு அது தமாஷாகத் தோன்றும். இருந்தாலும் நான் உம்மாவிடம் கேட்டேன்.

"அதுக்கு ஏதாவது கொடுத்தீங்களா உம்மா?"

எதுவுமே கொடுக்கவில்லை. கொஞ்சநேரத்திற்குப் பிறகு தேர இலையோ எதையோ கொடுப்பார்களாம். அதுதான் வழக்கமாம்.

நான் சொன்னேன்:

"அந்தக் குட்டியை ஒரு பாய்போட்டுக் கிடத்துங்க. குளிர்ந்த வெறுந்திண்ணையிலெ கிடக்குதே?"

பாயில் படுக்க வைத்தார்களோ என்னமோ? நான் ஓடிப் போய் ஒரு பெரிய நேந்திரம் பழத்தைக் கொண்டுவந்து தாய் ஆட்டுக்குக் கொடுத்தேன். அது கரிசனத்துடன் தின்றது.

"இது என்னது?" என்பதுபோல் பெண்கள் எல்லோரும் என்னைப் பார்த்தார்கள். உம்மா மட்டும் லேசாகப் புன்னகைத்தாள்.

சாயங்காலத்திற்குப் பிறகு பாத்துமாவும் கதீஜாவும் கொச்சுண்ணியும் வந்தார்கள். ஆடு பிரசவித்த செய்தியை அறிந்த பாத்துமா எதுவுமே சொல்லவில்லை.

படுக்கப்போகும்போது நான் கேட்டேன்:

"ஆட்டுக்குட்டியை எங்கே போட்டிருக்கிறீங்க?"

"சமையக்கட்டுலே."

யாரோ சொன்னார்கள்

"கூடை போட்டு மூடியிருக்கு."

கூடையைக் கவிழ்த்து மூடி வைத்திருக்கிறார்களாமே?

"ஆனும்மா, அதுக்கு மூச்சு முட்டாதா? உங்க யாரோட புள்ளைங்களையாவது இப்பிடிக் குட்டையை போட்டு மூடி போடுவீங்களா?" என்று தெரியாமல் கேட்டுவிட்டேன்.

"பிறகு, அதை என்ன செய்யணும்?" என்ற பதில் வந்தது. யாரென்று தெரியவில்லை. நான் பேசாமல் படுத்திருந்தேன். இந்த பிரசவக்காரிகளினிடையே வைத்து நான் ஏதாவது பேசுவதில் ஒரு சிக்கல் இருந்தது. நான் இல்லாதபோது அவர்கள் இதைச் சொல்லிச் சிரிப்பார்கள். முதல் விஷயம்: நான் கல்யாணம் ஆகாதவன். ஆகவே, தெரியாத விஷயங்களைப் பற்றி பேசாமலிருப்பதுதான் உத்தமம். நான் போர்வையை இழுத்துப் போர்த்திக்கொண்டு கண்களை மூடிப் பேசாமல் கிடந்தேன்.

மறுநாள் காலையில் எழுந்து குளிப்பது முதலான வேலைகளை எல்லாம் முடித்துவிட்டு சாயா குடித்துக் கொண்டிருக்கும் போது ஆனும்மாவிடம் கேட்டேன்:

"அதுக்கு ஏதாவது கொடுத்தியா?"

அது என்று சொன்னால், ஆனும்மாவுக்கு தெரியும். பாத்துமாவின் ஆடுதான்.

"புல்லு போட்டிருக்கு" என்று சொன்னாள் ஆனும்மா. ஆனும்மாவின் ஆட்டுக்கான புல்தான்.

பாத்துமாவின் ஆடும் குட்டியும் முற்றத்தில் பலாமரத்தினடி யில் வந்து நிற்கின்றன. தாய், தன் குட்டியைக் கூட்டிவந்து காட்டுகிறதாக இருக்கலாம், ஆகாரம் எங்கிருந்து கிடைக்கிற தென்று. குட்டி இழுத்திழுத்து நடந்து கீழே விழுகிறது. நடப்பதற்குக் கொஞ்சம் சிரமம்தான். அதையெடுத்து ஒரு முத்தம் கொடுக்கலாம் என்று தோன்றியது. அப்போது ஹனீஃபா வந்து என் முன்னால் நின்று கொண்டிருந்தான், வழிவது போல். வேட்டி மட்டும்தான் உடுத்திருந்தான்.

அவன் சொன்னான்:

"ஒரு பத்து ரூபா வேணும் பெரிய காக்கா, சின்ன காக்கா கிட்டே கேட்டா திட்டுவாரு. அபூவும் சேர்ந்து என்னைக் கேலிசெய்வான். பாருங்க, என் கையிலே காசிருந்தா நான் ஒரு சட்டைத் தெச்சுப் போடமாட்டனா?"

"நீ, என் சட்டையையும் டபுள் வேட்டியையும் கொஞ்ச நாளைக்கு முன்னால எடுத்ததாக எனக்கு நினைவிருக்குதே?"

"நானா?... எனக்கொண்ணும் தேவையில்லை. நான் பட்டாளத்துக்கே போயிர்றேன். இங்கே யாருக்குமே நான் தேவையில்லேன்னாலும் சர்க்காருக்கு நான் தேவை உண்டு. அதை மட்டும் ஞாபகம் வெச்சுக்கிடுங்க. பெரிய காக்காவோட டபுள் வேட்டியும் சட்டையும் —"

நான் இடையில் நுழைந்து சொன்னேன்:

"கொஞ்சம் நிறுத்துடா. உனக்கு அதை நான் தரல்லே. வெளுத்து, கொண்டு வந்ததை எங்கிட்ட கேக்காமலேயே நீ எடுத்துக்கிட்டே. எங்கிட்டே சட்டையும் வேட்டியும் கம்மியா இருக்கறதனால எங்கிட்டெ அதுக்கான கணக்கும் இருக்கு. அதிகமா இருந்தபோது உம்மாவும் திருடியிருக்காங்க. அப்துல் திருடியிருக்கான். பாத்துமாவும் ஆனும்மாவும் திருடியிருக்காங்க; உன் பெஞ்சாதி ஐசாமாவும் அப்துலுவோட பெஞ்சாதி ஆனும்மாவும் மட்டும்தான் திருடலே."

ஹனீஃபா சொன்னான்:

"அந்த டபுள் வேட்டியையும் சட்டையையும் எங்கையிலெ யிருந்து அபூ பிடிச்சுப் பறிச்சி வாங்கிட்டான். பெரிய காக்கா, நான் இப்போ இருக்குற அலங்கோலத்தைப் பாத்தீங்களா?"

"ஈர்க்கிலுபோல இருக்குற அபூ, தடியனா இருக்குற உங் கிட்டேயிருந்து பிடிச்சுப் பறிச்சு வாங்கிட்டானா?"

“சந்தேகமா இருந்தா அபிக்கிட்டே வேணும்னா கேட்டுப் பாருங்க – டேய், அபி.”

அபி வந்தான். இவன்தான் ஹனீஃபாவின் எல்லாவற்றிற்கு மான ஏக சாட்சியம். அவன் வந்ததுமே சொன்னான்:

“வாப்பா சொல்லதெ பி கண்டேன்.”

விஷயம் இந்தவரைக்கும் வந்துவிட்ட நிலையில் லேசாகத் திறந்த வாசலினிடையில் ரஷீதையும் இடுப்பில் வைத்தபடி வந்து நின்ற ஐசாமா சொன்னாள்:

“வாப்பாவும் மகனும் சொல்றது பொய். மகன்கிட்டே சொல்லிக்குடுக்குறத நான் கேட்டேன். பெரிய மச்சானோட டபுள் வேட்டியும் சட்டையும் அபி வாப்பாவோட பெட்டியிலே தானிருக்கு.”

“டேய் திருடா, பெருந்திருடா, நீ என்னையும் அப்துலையும் தென்னை மடல் அள்ள வச்ச கதை உனக்கு ஞாபகம் இருக்குதாடா?”

ஹனீஃபா சொன்னான்:

“அதெல்லாம் எனக்குத் தெரியாது. எனக்கு நிறைய வேலை இருக்கு. நான் ரத்தத்தை வேர்வையாக்குற ஆளு.”

“அப்படின்னா ஒனக்கு ஒரு ஏத்தன் வாழத்தோட்டம் இருக்குறது?”

அவன் சொன்னான்:

“நான் அதை பெரிய காக்காவுக்கே தந்திர்றேன். ஒரு பதினையாயிரம் ரூபா தந்தாப் போதும்.” விலை கொஞ்சம் அதிகரித்திருந்தது.

அவன் இந்த விலையில் பத்திலொரு பகுதிக்குத்தான் அதை வாங்கினான் என்பது எனக்கு நினைவிருக்கிறது. பெருந் திருடன்.

நான் உம்மாவைக் கூப்பிட்டேன். உம்மா வந்ததும் நான் கேட்டேன்.

“முன்பு, அனீபா சின்னவனா இருக்கும்போது அஞ்சு ரூபா திருடினான் ஞாபகமிருக்கா? பிறகு இவன் முதலாளி போல உட்கார்ந்துட்டு இவனோட காக்காமாரான என்னையும் அப்துலெயும் ஒரு கும்பாரம் தென்னை மடலை அள்ளிக்

காயப்போட்ட வெச்சான். இவன் பேசாம உட்கார்ந்திட்டு, எங்களுக்குத் தினசரி நாலு *சக்கரம் கூலி தருவான். அப்பிடி ஏழெட்டு நாள் கழிஞ்ச பிறகுதான் வாப்பாவுக்கு விஷயம் தெரியும். நான்தான் திருடினேன்னு சொல்லி வாப்பா முதல்லே என்னை அடிச்சாங்க. அந்தச் சம்பவம் உம்மாவுக்கு ஞாபகம் இருக்கா?"

உம்மா சொன்னாள்:

"அனீபா திருடினது வாப்பாவோட்ட பெட்டியிலேருந்து இல்லே! அந்தக் காலத்திலே என்னோட்ட வெத்திலைப் பெட்டி யிலே நெறைய *வெள்ளிப் பணமிருக்கும். இவன் திருடறது எப்படின்னு தெரியுமா? வேணாம், ஒண்ணும் சொல்ல வேணாம். இவனோட்ட பெஞ்சாதியும் புள்ளைங்களும் நிக்கிதுங்க."

"சொல்லுங்க உம்மா, அறியட்டும்."

"அது வேறொண்ணுமில்லே. உம்மாவோட்ட வெத்திலைப் பெட்டியிலேருந்து வெள்ளிப் பணம் திருடறதை நான் ஒரு உபஜீவனத் தொழிலாச் செஞ்சுட்டிருந்தேன். உம்மா படுத் திருக்குறக் கூட்டத்திலே போய் நானும் படுத்துக்குவேன். உம்மா லேசாக் கண்ணசந்தாங்கன்னு தெரிஞ்சதும் மடியிலே யிருந்து வெத்திலைப் பெட்டிய எடுத்து நாலு பணம் திருடி எடுத்துட்டு உம்மாவுக்குத் தெரியாம அதை மடியிலேயே வச்சுட்டு எழும்பிப் போயிடுவேன். யாருக்கும் எந்தத் தொந்தரவு மில்லாத ஒரு திருட்டு."

உம்மா சொன்னாள்:

"அனீபா வளர்ந்த பிறகும்கூட பால் குடிக்க வருவான். பால் குடிச்சிட்டு இருக்கவே வெத்திலைப் பெட்டியைத் திறந்து பணம் திருடுவான். ஒரு தடவை இப்படி எடுக்கும் போது கண்டுபிடிச்சிட்டேன். அன்னைக்கு அடிச்சி விரட்டினதுலதான் பால்குடியும் நின்னுது."

"அனீபா, பெருந்திருடன்தான். அப்துலு திருடினது கிடையாதா உம்மா?"

"அவனும் திருடுவான். இதுலே நீ மட்டும்தான் திருடினதில்லே."

---

* ஒரு பணம் = நாலுசக்கரம்

* திருவாங்கூர் நாணயம், 28½ சக்கரம் ஒரு ரூபாய்

நான் ஒருவன் மட்டும் நல்லவன். ஹா! எவ்வளவு ஸ்டைலான வாழ்க்கை!

"பாத்தியாடா அனீபா, பாத்தியாடா அபி, பாத்தியாடி லைலா, பாத்தியாடா ரஷீது."

ஹனீஃபா சொன்னான்:

"உம்மா, என்செல்ல உம்மா. உம்மா ஞாபகமில்லாம சொல்றீங்க. இல்லேன்னா ஐசாமாவும் ஆனும்மாவும் சின்ன காக்காவோடப் பெஞ்சாதியும் அறியட்டும்னு பொய் சொல்றீங்க. பெரிய காக்காவும் உம்மாவோட வெத்திலைப் பெட்டியிலேருந்து பணம் திருடியிருக்காங்க. எனக்கு நல்ல ஞாபகம் இருக்கும்மா. என்னையும் சின்ன காக்காவையும் கூட்டிட்டுப் போய் பெரிய காக்கா சாயா வாங்கித் தந்துருக் காங்க. எத்தனை தடவை தெரியுமா? கடையில பணமாத்தான் கொடுப்பாங்க. பெரிய காக்காகிட்டே அப்பல்லாம் ஏது பணம், சொல்லுங்க பார்க்கலாம்?"

விஷயத்தை மாற்ற நினைத்தேன்.

"நீ எங்கிட்டேருந்து பலதடவையா ரெண்டு, மூணு, அஞ்சி, பத்துனு வாங்குனது போக நூறு ரூபா வரை தரவேண்டியதிருக்கு. இதுக்கு சாட்சியாக கிறிஸ்தியானிகளும் நாயர்மாரும் ஈழவம் மாருமான உன்னோட கூட்டாளிங்களும் உண்டு – அவங்கள எல்லாம் நான் உம்மா முன்னாலே ஆஜர்படுத்துறேன். எட்றா நூறு ரூபா."

"என்செல்ல உம்மா, இந்தப் பெரிய காக்கா என்ன சொல் றாங்க? நான் நூறு ரூபா கொடுக்க வேண்டியதிருக்குதுன்னா? நாம் பெரிய காக்காவுக்கு ஏத்தம் பழம் வாங்கிக் கொடுத் திருக்கேன். *புர்த்திச்சக்கை வாங்கிக் கொடுத்திருக்கேன். வெண்டைக்கா, பாவைக்கா, ஆட்டு ஈரல், *தாரா முட்டை, மீன், சக்கைப்பழம் – இதுக்கெல்லாம் கணக்குப் பார்த்தா பெரிய காக்காதான் எனக்கு நாப்பது ரூபா தரணும். அதுலே இருந்து நான் இப்போ பத்து ரூபாதான் கேட்டேன்.

"ஆமா, நீ தந்துருக்குறே. உன் எஸ்டேட்டுலே ஒடிஞ்சு விழுந்த வாழையிலே உள்ள விளையாத காயைத் தீயில வாட்டி நிறங் கொடுத்ததைத்தான் நீ கொண்டுவந்து தந்திருக்குறே. பாக்கியுள்ளதெல்லாம் அப்துலும் கொச்சுண்ணியும் சுலைமா னும் பைசா குடுத்து வாங்கி உன் கையிலெ கொடுத்து அனுப்பு

---

* அன்னாசிப்பழம்

* வாத்துமுட்டை

றது. நீ வரும்போது அதை கையிலே கொண்டுவருவே. ஏதோ நீயே வாங்குனாப்லே, இங்கே கொண்டுவந்து கொடுப்பே, டேய், திருடா."

இதைக் கேட்டதும் உடனே அவன் சொன்னான்:

"இறங்குடீ ஐசாமா, புள்ளைங்களைத் தூக்கு. நாம இனி இங்கே இருக்கப்புடாது. நம்ம இடத்துல ஏதாவது ஓலைக் கீற்றை வச்சி மறச்சி இருக்கலாம், இறங்கு."

நான் சொன்னேன்:

"நில்லுடா. அந்த ரூபாய்க்கு ஒரு பதில் சொல்லிட்டு பிறகு போ. உம்மா கேட்டுக்குங்க, இவன் கடையிலே நாலு சைக்கிள் இருந்த காலத்துல, ரொம்ப வருஷங்கள் ஒண்ணும் ஆயிடலை. அப்பவெல்லாம் நான் வரும்போது இவன் கடையிலேருந்து எப்பவாவது சைக்கிள் எடுப்பேன். பத்து நிமிஷம் கழிச்சித் திருப்பிக் கொடுத்தாலும் ரெண்டு மணி நேரம் ஆயிட்டுன்னு சொல்லிடுவான். மொத்தத்துல அவனுக்கு பைசா வேணும். அப்பவெல்லாம் இவன் வேலை என்ன தெரியுமா? இவன் கூட்டாளிகளான நாயர்மார், கிறிஸ்தியானிங்க, ஈழவம்மார்களையும் கூட்டிட்டு எரணாகுளத்துக்கு என்னைத் தேடி வந்துடுவான். அபிக்கு இவன் பொய் சாட்சி சொல்ல படிச்சுக் கொடுத்திருக்கிறதுபோல அவங்களுக்கும் படிச்சுக் கொடுத்திருந்தான். வந்த உடனே அனீபாவோட கஷ்டங்களைப் பத்திதான் அவனுங்க பேசுவாங்க. பாவம், அனீபா ரொம்பக் கஷ்டப்படுறான், அப்படிஇப்படினெல்லாம். எல்லாம் முடிஞ்ச பிறகு இவன் கடன் கேட்பான். எல்லாம் வாங்கிட்டு கடைசியாக வேற அஞ்சு ரூபா கேட்பான். இது புள்ளைங்களுக்கு என் சார்பாக ஏதாவது வாங்கிட்டுப் போகவாம்! நான் மூணு ரூபா கொடுப்பேன். இவன் அந்த ரூபாலேருந்து ஓரணாவுக்கு ஆரஞ்சி மிட்டாய் வாங்கிட்டு வந்து புள்ளைங்களுக்குக் கொடுப்பான். அந்தக் காலத்திலே நான் முன்னூற்றி இருபத்தைந்து ரூபா கொடுத்து புதுசாக ஒரு சைக்கிள் வாங்கியிருந்தேன். அதை இவன் எப்படியோ அறிஞ்சிட்டான். ஒருநாள் இவன் கூட்டாளிங்களோடு அங்கே வந்தான். வந்த உடனேயே சத்தியாக்கிரகம் தொடங்கிட்டான். அவனுக்கு என் சைக்கிள் வேணும். இது இருந்தாதான் அவனோட மற்ற லொடக்கு சைக்கிளெல்லாம் வாடகைக்குப் போகுமாம். இந்த சைக்கிள் என் அத்தியாவசியத் தேவைக்கானதுன்னு நான் சொன்னேன். அப்ப இவனோட கூட்டாளிங்கள்லே ஒருத்தன் சொல்றான்: அனீபா சைக்கிளுக்கான விலையைத் தந்திடுவான். அவன் சொல்லி முடிக்கிறதுக்கு முன்னால இவன் ஒரு கட்டு நோட்டை

எடுத்து எம் மடியில போட்டான். எண்ணிப் பாத்தேன். இருநூற்றி நாற்பது ரூபா இருக்கு. பாக்கி ரூபா? அதை வீட்டுக்குப் போனதும் அனுப்பி வச்சுடுவேன்னான். கூட வந்த கூட்டாளிங்க அதை அனுப்பி வைக்கிற பொறுப்பு எங்களோடதுன்னு சொன்னானுங்க. அவனுங்க ஜாமீன் கொடுத்தா போதாதா? கூடவே அதிகமா பத்து ரூபாவைக் கடனாவும் வாங்கிக்கிட்டான். மூணு ரூபா புள்ளைங்களுக்கு ஏதாவது வாங்கிக் கொடுக்க வாங்கினான். பல மாதங்களான பிறகுகூட பாக்கி ரூபாயை அனுப்பலை. நான் இங்க வந்தா என்னைக் கண்டதும் இவனோட கூட்டாளிங்க ஒளிஞ்சிடுறானுங்க. எட்றா அந்த ரூபாவை."

"நான் பட்டாளத்துக்கே போயிர்றேன்."

அபி சொன்னான்:

"பீயும் பட்டாளத்துக்குப் போவேன்."

லைலா சொன்னாள்:

"நானும் பட்டாளத்துக்குப் போறேன்."

ஐசாமா சொன்னாள்:

"அப்படீன்னா ரஷீதும் நானும் கூடவே வந்துர்றோம், பட்டாளத்துக்கு. சர்க்காருக்கு கஞ்சியும் கூட்டும் வச்சுக் கொடுக்க."

"நிறுத்துடி. நீ சபையிலே வந்து பேசுறியா? பெரிய காக்கா இருக்காங்கன்னு பாக்குறேன். இல்லேன்னா உன்னை நான் . . . போடி அந்தப்பக்கம்." என்று சொல்லிவிட்டு சந்தையிலிருக்கும் அவனது தையல் கடைக்குப் போய்விட்டான்.

கொஞ்ச நேரத்துக்குப் பிறகு ரஷீதையும் சுபைதாவையும் எடுத்துக்கொண்டு உம்மா என் பக்கத்தில் வந்தாள்.

"நாங்க குளிக்கப் போறோம். இந்தப் புள்ளைங்களைக் கொஞ்சம் பாத்துக்கடா."

அவர்கள் குளிக்கப்போனார்கள். நான் குழந்தைகளைப் பார்த்துக்கொள்ளத் தொடங்கினேன். இரண்டுபேரும் அழத் தொடங்கினார்கள். அழுகையை நிறுத்துவதற்காக நான் ஆட்டுக் குட்டியை தூக்கிக்கொண்டு வந்தேன்.

இரண்டு குழந்தைகளும் ஒன்றுக்குமட்டுமிருந்தார்கள். ஆட்டுக்குட்டி இரண்டையும் செய்தது. அந்த சபைக்கு மகா பரிசுத்தவாதியான அபூ வந்தான். வந்ததும் கேட்டான்.

"இது, என்னது?"

அபூ குழந்தைகளின் அழுகையை நிறுத்தினான். இதற்கு அவன் விசேஷமாக எதுவும் செய்யவில்லை. கண்களை உருட்டிப் பார்த்தான். கீழுதட்டைக் கடித்தான். சத்தமிட்டான். பாத்துமா வின் ஆட்டை விரட்டினான். பூனைகளை உதைத்தான். கோழி களைத் துரத்தினான்.

அதற்குள் நான் ஆட்டுக் குட்டியின் மலத்தையும் மூத்திரத்தையும் துடைத்து சுத்தம் செய்துவிட்டேன். குட்டியைத் தூக்கி முற்றத்தில் நிறுத்தினேன்.

"பாத்தீங்களா, ஆடும் கோழியும் பூனைகளும் புள்ளைங் களும் சேர்ந்து வராந்தாவை சீரழிச்சுப் போட்டிருக்குறதை. பெரிய காக்கா இதையெல்லாம் பாத்தும் பேசாம இருக்கி றீங்களே?"

"நான் என்னடா செய்யணும்?"

"நல்ல அடி கொடுக்கணும்."

ஈர்க்கில் போலிருக்கும் அபூ பெரிய அடி ஆசானும், ஓங்கி குரல்கொடுப்பவனும்கூட. எல்லோருக்குமே அவனிடம் பயமிருந்தது. அவனிடம் குழந்தைகளை ஒப்படைத்துவிட்டுப் போக குழந்தைகளின் உம்மாமார்களுக்கோ என் உம்மாவுக்கோ தைரியம் கிடையாது.

"பெரிய காக்கா, நான் உங்களோட ஒரு சட்டையையும் வேட்டியையும் திருடி வச்சிருக்குதா சின்ன *தாத்தா சொன்னாளா?"

ஆனும்மா அப்படிச் சொன்னாளா இல்லையா என்று நான் சொல்லவில்லை. அவனுக்குக் கோபம் வந்தது:

"ஆளாளுக்கு எல்லாருந்தான் திருடறாங்க. நான் மட்டும் தான்னு இல்லை. உம்மாவும் சின்ன தாத்தாவும் ஆளுக்கொரு வேட்டி திருடினாங்க. அதைச் சொன்னாங்களா முதல்லே?"

"நீ திருடினதா ஆனும்மா சொல்லல்ல."

"நான் ஒரு சட்டையும் வேட்டியும் திருடினது உண்மை தான். இதை நான் எங்கே வேணும்னாலும் சொல்லுவேன். பெரிய காக்கா எனக்கு என்ன தந்திருக்குறீங்க?"

"நீ படுத்திருக்கிற கட்டில், அது நாற்பது ரூபா விலை. கட்டில்லே விரிச்சுருக்கிற ஜமுக்காளம், விரிப்பு, தலயணை,

---

* அக்கா

பெட்ஷீட், நீ போட்டிருக்குற காஷ்மீர் சால்வை, இது மட்டுமே ஐம்பது ரூபா விலை. நீ வச்சுக்கிட்டு ஸ்டைலா நடக்குறியே பார்க்கர் பேனா, அது நாப்பத்திரெண்டு ரூபா விலை. அப்புறம் நீ வரும்போதெல்லாம் உனக்கு ரூபா. இதுக்கு எந்தக் கணக்கும் இல்லை."

"இதெல்லாம் பழைய சாதனங்கள்தானே, புதுசா எதாவது தந்திருக்குறீங்களா?"

"தரும்போது புதுசாத்தானேடா இருந்தது?"

"பெரிய காக்கா, எனக்கொரு இருபத்தஞ்சு ரூபா தாங்க."

"எதுக்குடா?"

"வேணும்."

ஹனீஃப்பாவும் பணம் கேட்டான். அபூவும் கேட்டான். இன்றைக்கு அப்படி என்ன விசேஷம்? எல்லாரும் பணம் கேட்கிறார்களே? அபூவுக்குப் பணத்துக்கான பெரிய தேவை ஒன்றுமில்லை. பத்திருபது சட்டையும் வேட்டியும் பனியனுமெல் லாம் அவனிடம் இருக்கின்றன. ஒரு பெட்டி நிறைய செருப்பும். அறுபது ஜோடி செருப்பு அவனிடம் இருப்பதாக உம்மா சொல்லியிருக்கிறாள்.

குளிக்கப்போன பெண்களெல்லாம் வந்ததும் ஆண்கள் சாப்பிடவந்தார்கள். அப்துல்காதர் வந்ததுமே கேட்டான்:

"காக்கா, ஒரு ஐம்பது ரூபா வேணும். அத்தியாவசியமா."

"சோலியைப் பார்த்துட்டுப் போடா."

ஹனீஃப்பா திரும்பவும் ஞாபகப்படுத்தினான்:

"நான் ஒரு பத்து ரூபா கேட்டிருந்தேன்."

நான் எதுவுமே பேசவில்லை. ஒருமணி நேரம் கழிந்தபிறகு தான் ரகசியம் பிடிபட்டது. தபால்காரக் குட்டன்பிள்ளை படியேறி வந்து சொன்னார்:

"சாருக்கு ஒரு மணியார்டர் வந்திருக்கு. நூறு ரூபாய்."

குட்டன் பிள்ளையின் ஒரு கன்னத்தில் மாம்பழம் வைத் திருப்பதுபோல் ஒரு வீக்கமிருந்தது. நான் அதைப் பார்த்தவாறே கேட்டேன்:

"இந்த, மணியார்டர் வந்த விஷயத்தை யார் கிட்டயாவது சொன்னீங்களா, குட்டம்பிள்ளே?"

“சார், நாங்கள்லாம் இந்த ஊர்லே பிழைக்கிறவங்க, அப்துல்காதரையும் ஹனீஃபாவையும் வெச்சி எனக்குப் பல உதவிகளும் தேவைப்படும். அவங்க ஏற்கனவே சொல்லி வச்சிக் குறாங்க சார், சாருக்கு ஏதாவது மணியார்டர் வந்தா எங்கிட்டே முன்கூட்டியே தெரிவிக்கணும்னு.”

“அப்படீன்னா எனக்கு இந்த மணியார்டர் வேணாம் குட்டம்பிள்ளே. நீங்களே எடுத்துக்குங்க.”

“அய்யோ, ஏன் சார்?”

“ஐம்பதும் இருபத்தஞ்சும் பத்தும் மூணு அஞ்சும் எத்தனை?”

“கிட்டத்தட்ட.”

“அதுதான் கணக்கு.”

ஐந்து

அன்று சாயுங்காலம் ஹனீஃபாவின் சார்பாக எனக்கொரு சாயா கிடைத்தது. வழக்கமாக சாயாவுக்குக் காசு கொடுப்பது அப்துல்காதர்தான். சாயா குடிப்பது ஹனீஃபாவின் கடையிலிருந்து. அன்று ஹனீஃபாவே காசு கொடுத்தான்.

ஹனீஃபா பெரிய கருமியல்லவா? அவனுடைய கடையில் விளக்கு கிடையாது. தேவையில்லாமல் எதற்கு ஒரு விளக்கு? அதன் பக்கத்தில்தான் அப்துல்காதரின் தகரக்கடை. அங்கு, பத்தோ பனிரண்டோ பெட்ரோமாக்ஸ் விளக்குகள் இருந்தன. கிராமஃபோன் இருந்தது. (இந்த மனிதனுடையதுதான். உம்மாவிடம் சொல்லி அழுது, முறையிட்டு எடுத்து வைத்திருக்கிறான்) விளக்குகளையும் கிராமஃபோனையும் வாடகைக்குக் கொடுத்து வருகிறான். சாயுங்காலத்திற்குப் பிறகு தையல் கடையில் வேலையிருந்தால் ஹனீஃபா, அபூவைக் கூப்பிட்டுக் சொல்வான்:

"அந்த விளக்கைக் கொஞ்சம் இந்தப் பக்கம் தள்ளி வையேன் ..."

அப்படியாகக் கிடைக்கும் இலவச வெளிச்சத்திலிருந்துதான் ஹனீஃபா தைப்பான் இதுபோதாதா? வெளிச்சம் வருகிறதே?

அப்படி இருக்கும்போது அப்துல்காதரின் பழைய கதையொன்று ஞாபகத்திற்கு வந்தது.

அப்துல்காதர் எப்போதுமே தீயின் பக்கத்தில் தான் இருப்பான். அவனது கடையில் உலை இருந்தது. எந்நேரமும் உழைப்புதான். அவனுடைய தலை நரைத்துப் போயிருந்ததைப் பற்றி ஏற்கனவே சொல்லியிருக்கிறேனே?

அவனைப் பார்த்து என் அண்ணன் என்று பலர் தவறாக நினைத்துமிருந்தார்கள்.

அவன் எந்த வேலையையும் மிகுந்த துணிச்சலுடன் செய்பவன்.

நாங்கள் நான்காம் வகுப்பு வரை சேர்ந்துதான் மலையாளம் படித்தோம். பிறகு, நான் நான்கைந்து மைல் தூரத்திலிருந்த இங்கிலீஷ் ஹைஸ்கூலில் சேர்ந்தேன். அப்துல்காதர் மலையாளம் ஏழாம் படிவம் பாஸாகும்போது, நான் கண்ணூர் ஜெயிலில் தண்டனை அனுபவித்துக்கொண்டிருந்தேன் என்று நினைக்கிறேன். இந்தக் கதையை 'நினைவுக் குறிப்பு' என்ற நூலில் எழுதியிருக்கிறேன். தண்டனை எல்லாம் முடிந்து நான் ஊருக்கு வரும்போது எங்கள் குடும்பச் சொத்து எல்லாமே கடனில் மூழ்கிக் கிடந்தன. சரியாகச் சாப்பிடுவதற்குக்கூட வீட்டில் எதுவுமில்லை. புதுச்சேரி நாராயணபிள்ளை சார் எங்களுக்கு ஆனா ஆவன்னா சொல்லித் தந்த பாடசாலையில் இப்போது அப்துல்காதரும் ஓர் ஆசிரியர்.

நான் ஒரு பத்திரிகை நடத்துவதற்காக கொச்சிக்குச்சென்று கொஞ்ச காலத்திற்குப் பிறகு திரும்பி ஊருக்கு வரும்போது அப்துல்காதர் ஆசிரியப் பணியைத் துறந்துவிட்டு பீடி சுற்றுபவனாக ஒரு கடையில் வேலை பார்த்து வந்தான்.

முறத்தில் சுக்காவும் இலையும் கத்திரியும் வைத்து அவன் பீடி சுற்றிக்கொண்டிருந்தான். தினமொன்றுக்கு இரண்டாயிரம் பீடிவரை சுற்றுவான். ஒன்று, ஒன்றரை ரூபாய் கூலி கிடைக்கும்.

அடுத்தமுறை நான் திருப்பி வரும்போது பீடி சுற்றுவதை நிறுத்தியிருந்தான். சந்தையில், ஒரு சிறு அறைக்குள் கொல்ல உலையெல்லாம் வைத்து தகரடப்பா வேலைக்காரனாக தொழில் செய்து கொண்டிருந்தான். தகரத்தால் அவன் எதைவேண்டுமானாலும் உருவாக்குவான். இதெல்லாம் அவன் யாரிடமிருந்தும் கற்றுக்கொண்டதில்லை. சுய அறிவு, சொந்த முயற்சி. சுயபுத்தியால் கற்றுணர்ந்து, மற்றவர்களைச் சார்ந்திருக்காமல், எதையாவது கண்டுபிடித்து, உழைத்து ஓரளவுவரை சுகமாக வாழவும், சிலசமயங்களில் முடியுமாக இருக்கலாம்.

அந்தக்காலத்தில் எரணாகுளத்தில் நானொரு இலக்கியவாதியாக வாழ்ந்துகொண்டிருந்தேன். 1936, 37 காலகட்டம் அது. நிறைய எழுதுவேன் பிரதிபலனேதும் கிடைக்காது. பிரதிபலனெதுவும் கேட்கவும் வாங்கவும் முடியாமலிருந்தது. இலக்கிய சேவை, சாகித்திய க்ஷேத்ரத்தில் நித்ய பூஜை. ஆனால், வயிற்றுக்கு ஆகாரமில்லை. இருந்தபோதும் எழுதினேன். பத்திரிகைகளில் பிரசுரமாயின. அவற்றை எல்லாம் கிழித்தெடுத்து அடுக்கி,

பத்திரப்படுத்தி வைத்துக்கொள்வேன். அப்படியாக, நான் முழுநேர இலக்கியவாதியாக, பட்டினியும் கஷ்டமுமாக வாழ்ந்து கொண்டிருக்கும்போது அப்துல்காதர் இரும்புக் கம்பியும் ஊன்றியபடி ஒரு பெரிய பௌண்டன் பேனாவுடன் என்னைப் பார்க்க வந்தான். சும்மா வரவில்லை. காரணமிருந்தது.

“காக்கா, இது என்னது பத்திரிகைகள்லே எல்லாம் எழுதி வெளியிட்டிருக்குறீங்க? அதையெல்லாம் இங்க எடுங்க முதல்லே. நான் கொஞ்சம் வாசிச்சுப் பார்க்கட்டும்.”

மிகுந்த பெருமையுடன் என் இலக்கியப் படைப்புகளை எல்லாம் எடுத்து அவனிடம் கொடுத்தேன். பிறகு, அவனிட மிருந்து இரண்டணா இரந்து வாங்கிவிட்டு சாயா குடிக்கப் போனேன். கொஞ்சநேரம் சுற்றித்திரிந்து கொண்டிருந்தேன். அவன் அதையெல்லாம் வாசித்து ரசிக்கட்டும். அவனிடமிருந்து இன்னும் நாலணா கடன் வாங்க வேண்டும். அதி உன்னதமான அந்தக் கலா சிருஷ்டிகளின் கர்த்தாவாகிய தனது அண்ணன் அல்லவா கடன் கேட்கிறான். தந்துவிடுவான். என்றெல்லாம் நினைத்துக்கொண்டு திரும்பவும் அறைக்கு வந்தேன். நான் பார்க்கும்போது அவன் வாசித்த எல்லா காகிதங்களிலும் அவனுடைய தடித்த பேனாவால் கிறுக்கி வைத்திருக்கிறான். எதற்காகக் கிறுக்கியிருக்கிறான்? நான் ஒரு பீடியைப் பற்றவைத்து விட்டு செயரில் அமர்ந்தபோது அவன் கூப்பிட்டான்.

“காக்கா, இங்க வாங்க.”

ஏதாவது முக்கியமான விஷயமாக இருக்கலாம். நான் எழுந்து அவனது பக்கத்தில் சென்று பாயில் அமர்ந்தேன். அவன் மிகுந்த எரிச்சலுடன் ஒருதடவை என்னைப் பார்த்துக் கொண்டான். பிறகு ஒரு சொற்றொடரை வாசித்தான். நல்ல தொரு வார்த்தை அமைப்பு. ஆனால், அவன் கேட்டான்:

“இதிலே சொல்லுக்கான வடிவம் எங்கே?”

எனக்கொன்றும் புரியவில்லை. அது என்ன சொல்லுக்கான வடிவம்?

அவன் சிறுவயது பள்ளிமாணவனிடம் சொல்வதுபோல் என்னிடம் எதை எதையோ சொன்னான். அதில் சொல், சொல் வடிவம், பொருத்த மாறுபாடு, லொட்டு, லொசுக்கு என்று இலக்கண சம்பந்தமான சப்பைத் தனமான சர்ச்சைகள் இருந்தன. லொட்டு, லொசுக்கு என்றெல்லாம் அவன் சொல்ல வில்லை. அரைமணி நேரப் பேச்சில் அவன் என்னை ஒரு மண்ணுந் தெரியாதவனாக மாற்றிவிட்டான். பிறகு சொன்னான்:

"காக்கா, இலக்கணம் படிக்கணும்."

மட்டுமல்ல, சில இலக்கண நூல்களின் பெயர்களையும் அவன் முன்மொழிந்தான். எனக்கு கோபம் வந்துவிட்டது. கிடுகிடுவென்று நடுங்கிக்கொண்டே சொன்னேன்:

"போடா, எழுந்து. உன்னோட ஒரு லொடுக்கு சொல் வடிவம். டேய், நீ, நெய்யைத் திருடித் தின்னுட்டு நோய்னு சொல்லிட்டுத் திரிஞ்ச களவாணிப் பய? டேய், இதையெல்லாம் நான், நாம பேசுற மொழியில எழுதி வச்சுருக்குறேன். இதிலே உன் சப்பைக் காலன் சொல்வடிவம் இல்லேன்னா என்னடா? வந்துட்டான் மண்டூசு, இலக்கணமும் பேசிட்டு சப்பைக் காலன்."

அவன் சொன்னான்:

"காக்கா என்னை எப்படி வேணும்னாலும் திட்டுங்க. எனக்கொண்ணுமில்லே. ஒரு விஷயத்தை மட்டும் நான் சொல்லுறேன். காக்கா ஒரு வருஷம் நான் சொன்ன புத்தகத்தை யெல்லாம் நல்லாப் படிச்சிட்டு எழுதுங்க. மலையாளத்துலே எத்தனை எழுத்து இருக்குனு காக்காவுக்குத் தெரியுமா, முதல்ல அதைச் சொல்லுங்க."

"உன் சோலியைப் பாத்துட்டுப் போடா."

புறங்காலால் ஒன்று கொடுக்கத்தான் தோன்றியது. நாகரிகம் கருதி செய்யவில்லை. நான் சொன்னேன்: "வீட்டுலே எல்லாரை யும் விசாரிச்சதாச் சொல்லு. பிரத்தியேகமா உம்மாவையும் வாப்பாவையும். எனக்கு பைசா எதுவும் இன்னும் கிடைக்கலன்னு சொல்லிடு. அதுனாலேதான் ஒண்ணும் அனுப்பிவைக்கல."

அவனிடம் அதிகக் கடனாகக் காலணா கேட்கவில்லை. கேட்பதற்கான மனத் தைரியம் வரவில்லை. அவனுடைய ஒரு லொடுக்கு இலக்கணமும் மலையாள எழுத்துகளும்.

அந்தக் காலமெல்லாம் போய்விட்டது. இப்போது என் புத்தகங்களை மிகவும் ஆர்வத்துடன் அவன் வாசிக்கிறான். எங்களின் சொந்தக்காரர்களைப் பற்றி சில கதைகளை என்னிடம் எழுதச்சொல்வான். கதைகளும் சொல்வான்.

"காக்கா, இதை எழுதித்தந்தால் போதும். நான் அச்சடித்து வித்துடறேன்."

பைசாவையும் அவனே எடுத்துக்கொள்வான். களவாணி.

மறுநாள், என் சாம்ப மரத்தைப் பார்த்து குமரிப்பெண்கள் ஆவலுடன் வாயில் நீரூற நடக்கும்போது, பாத்துமா ஆட்டையும்

குட்டியையும் அவளுடைய வீட்டுக்குக் கொண்டுபோகப் பிடித்தாள். என்ன காரணம்?

"இங்கே யாருமே இதைக் கவனிக்கமாட்டாங்க பெரிய காக்கா. அபூ விரட்டுவான். அது மட்டுமில்லாம நாளை முதல் பால் கறந்து விக்கணும். ஒரு சாயாக் கடைக்கு பால் தர்றதா ஏற்பாடு செய்துருக்கேன்."

அதுதானா காரணம்?

பாத்துமா, ஆட்டையும் குட்டியையும் கொண்டு போனாள். குட்டியைப் பாத்துமா பாசத்தோடு தூக்கிக் கொண்டாள். பிறகு, ஆடும் குட்டியும் திரும்பி ஊர்வலம் வருவது பத்து மணிக்குத்தான். குட்டி உஷாராகத் துள்ளிக் குதித்துத் திரியும். எனது படுக்கையில் ஏறும். குழந்தைகளுடன் சேர்ந்து சாப்பிடும். தாய் ஆடு சாப்பிடுவதற்கு ஆலாய்ப் பறக்கத் தொடங்கியிருந்தது. அதுவும் குழந்தைகளுடன் சேர்ந்து சாப்பிட்டது. எப்போதும் சத்தமும், ஆர்ப்பாட்டமும் ஓட்டமும்தான்.

அப்படியே சில நாட்கள் கழிந்தபோது ஒருநாள், வீட்டில் சிரிப்பும் கும்மாளமும். பெரிய குஷி! அபி, பாத்துக்குட்டி, செய்யதுமுகம்மது, லைலா, ஆரிஃபா ஆகியோர் பால் சாயா குடிக்கிறார்கள். அதற்கேன் இவ்வளவு சிரிப்பும் கும்மாளமும்? நான் அந்தக் பக்கமாகச் சென்றேன். இரண்டு ஆனும்மாக்களும் உம்மாவும் ஐசாமாவும் கிழங்குப் புட்டுடன் சேர்த்து பால் சாயா குடித்துக்கொண்டிருந்தார்கள். எல்லோருமே சிரிக்கிறார்கள்.

"என்ன உம்மா சிரிப்பும் கும்மாளமும்?"

"ஒண்ணுமில்லடா" சிரித்துக்கொண்டே சொன்னாள்.

"பெரிய காக்கா சொல்லாதீங்க, நாங்க குட்டியைப் பிடிச்சுக் கட்டிப் போட்டுட்டோம்."

"பிறகு?"

"பெரிய காக்கா சொல்லிக்கொடுப்பீங்களா?"

"விஷயத்தைச் சொல்லு."

அப்துல்காதரின் மனைவி இடையில் வந்து சொன்னாள்:

"நாங்க பாத்துமா மைனியோட ஆட்டைப் பிடிச்சி பால் கறந்தோம் ஒழக்கு பால் கிடச்சுது."

"உம்மா, இவ என்ன சொல்றா? நீங்க ஏன் பாத்துமாவோட ஆட்டுலேருந்து பால் திருடினீங்க?"

உம்மா சொன்னாள்:

“அவ இதை நினைக்கவேண்டாமா?”

ஆனும்மா சொன்னாள்:

“பெரிய காக்கா சொல்லாதீங்க. எங்களுக்குப் பெரிய குறைச்சலாப் போயிடும்.”

குறைச்சலாகவே போகட்டும். என் கண் முன்னால் வைத்து இவ்வளவு பெரிய திருட்டு நடப்பதை நான் எப்படி அனுமதிக்க முடியும்?

பாத்துமா வந்தபிறகு நான் அவளிடம் சொன்னேன்.

“பாத்துமா, நீ கவனமாக இருக்கணும். உன் ஆட்டுலேருந்து இவளுங்க பால் கறந்து சாயாபோட்டுக் குடிச்சாளுங்க, குட்டியைப் பிடிச்சிக் கட்டிப் போட்டுட்டு.”

பாத்துமாவுக்குக் கலி பிடித்தது.

“அவளுங்களுக்குக் கண்ணுலே ரத்த ஓட்டம் இருக்குதா? அவளுங்களோட புள்ளைங்களைப் பிடிச்சி இப்படி கட்டிப் போடுவாங்களா? எனக்கு இதை அறியணும்.”

பாத்துமா அந்தப் பக்கமாக ஓடினாள். அப்போது அபியின் உம்மாவும் இரண்டு ஆனும்மாக்களும் ஐசாமாவும் பாத்துக்குட்டியும் அபியும் லைலாவும் ஆரிஃபாவும் மற்றவர்களும் தயாராக நின்றிருந்தார்கள். எல்லோரும் சேர்ந்து சொன்னார்கள்.

“நல்லதுதான் ... நல்லதுதான். நாங்கதான் கறந்தோம். இனியும் கறப்போம். ஆடும் குட்டியும் இங்கதானே வளருது? எங்க கிழங்குப்புட்டும் எங்க பிலாவிலையும் எங்க கஞ்சித் தண்ணியும் வெள்ளமும் எங்க பிள்ளைங்களோட சோத்தையும் தின்னுதான் அது தடிச்சுக் கொளுத்து பால் கறக்குது. தெரிஞ்சுதா?”

பாத்துமா அவர்களை பிரித்தாள முயற்சி செய்தாள்:

“எடீ, ஆனும்மா, நீ என் தங்கச்சிதானே? நான் உனக்கு ஒரு ஆடு தந்துருக்கேன்லா. உம்மா, நீங்க என் உம்மாதானே? இந்தக் கண்ணுலே ரத்தமில்லாத மருமக்கமாரை ஏன் இதைச் செய்யவிட்டீங்க?”

உம்மா சொன்னாள்:

“போதும், போதும். உம் மைனியும் கொளுந்திமாரும், உம்மாவும் உன் தங்கச்சியும் எல்லாரும் சேந்துதான் பால் கறந்தோம் சாயாவையும் நாங்க எல்லாரும் சேந்துதான் குடிச்சோம். நல்ல ருசியா இருந்துச்சு.”

பாத்துமா சொன்னாள்:

"இனிமேல் நான் இந்த வீட்டுலே காலெடுத்து வைக்க மாட்டேன்."

பாத்துமா ஆட்டுக்குட்டியை வாரியணைத்து முத்தமிட்டாள்.

"என் தங்கமே, உம் பாலை அவளுங்க திருடிக் குடிச்சிட்டாளுங்க. நான் உனக்கு பச்சைத் தண்ணி தர்றேன், நீ வா."

பாத்துமா ஆட்டுக்குட்டியுடன் என் பக்கத்தில் வந்தாள்.

"நான் போறேன் பெரிய காக்கா, இனி இவளுங்க என் ஆட்டுலேருந்து பால் கறந்து எப்படிக் குடிப்பாளுங்கனு நானும் பாக்குறேன்."

பாத்துமா குட்டியை எடுத்துக்கொண்டு போனாள். எனக்கு உற்சாகமாக இருந்தது. குட்டியில்லாமல் எப்படி இவர்கள் ஆட்டிலிருந்து பால்கறந்து குடிக்கிறார்கள் என்று பார்த்து விடலாம். அய்யடா!

சரி, ஆட்டுக்குப் பால் சுரக்க குட்டி தேவைதானா?

பெண்குலத்திற்கு இது தெரியாதோ?

இதைக் கவனிக்க வேண்டுமே.

ஆறு

சரியாகப் பத்துமணிக்கு பாத்துமாவின் ஆடு வரும். கொஞ்சநேரத்திற்குப் பிறகு பாத்துமாவும் கதீஜாவும் வருவார்கள். பாத்துமாவின் மனத்தில் பிணக்கமிருக்கிறதோ என்னமோ? நாத்தனார்களுடனும் உம்மாவுடனும் தங்கையிடமும் பேசுகிறாள். வீட்டு வேலைகள் செய்கிறாள். கிழங்குப் புட்டு தின்கிறாள். வெறுஞ்சாயா குடிக்கிறாள். ஆட்டுக்குக் கஞ்சித் தண்ணீர் கொடுக்கிறாள்.

கொச்சுண்ணி வந்ததும் நான் பால் திருட்டைப் பற்றிச் சொன்னேன்.

கொச்சுண்ணி சொன்னான்:

“நான் சொன்னேன், கொஞ்சம் பால் கொடுக்க. பாத்துமா போய் என்ன பண்ணிட்டா தெரியுமா? நாலு வீட்டுக்குப் பால் கொடுக்க ஏற்பாடு பண்ணிட்டா. ஒரு சாயாக் கடைக்குக் கொடுக்க நானும் ஏற்பாடு செய்திருந்தேன். எனக்கும் கதீஜாவுக்கும் கூட சாயாவுக்கு பால் தரமாட்டேங்குறா.”

அப்படியா விஷயம்? அப்படீன்னா, கொச்சுண்ணியும் கதீஜாவும் கூட பால் திருடத் தயங்கமாட்டார்கள் இல்லையா?

நான் பாத்துமாவிடம் கேட்டேன்:

“நீ ஏன் கொச்சுண்ணிக்கும் கதீஜாவுக்கும் கூட பால் தரமாட்டேனு சொல்லுறே?”

பாத்துமா சொன்னாள்:

“பால் வித்துக் கிடக்குற பைசாவை கதீஜாவோட வாப்பாதானே வாங்குறாங்க? அப்புறம் எல்லாருமே

இதுவரையிலும் பாலில்லாத சாயாதானே குடிச்சிட்டிருந்தோம். இப்போ மட்டும் என்னவாம், இவ்வளவு ஆசை? நான் குடிக்கிறதுனாலயா?"

"நீ இவ்வளவு பெரிய கருமியாப் போயிட்டியே?"

"கதீஜாவோட வாப்பா சீட்டு பிடிச்சிருக்காங்க. அதுக்குக் கொடுக்க பணம் வேணாமா? பெரிய காக்கா..."

அதுவும் சரிதானே என்றெல்லாம் யோசித்துக் கொண்டிருந்தபோது, சுலைமான் மூன்று அன்னாசிப் பழங்களுடன் வந்து என்னிடம் தந்துவிட்டுச் சொன்னான்:

"சீமப்புர்த்தி, மச்சான், நல்லாயிருக்கும்."

நான் அதிலொன்றையெடுத்துத் தோலைச் சீவி பிள்ளைகளுக்கெல்லாம் ஒரு துண்டு வீதம் கொடுத்து நானும் தின்று கொண்டிருக்கும்போது அபூ அவனது அத்தனை கௌரவத் தோடும் வந்து ஏறினான்.

"ஓ... பணக்காரனா இருந்தா இப்படியெல்லாம்தான்" அவன் தொடர்ந்து சொன்னான்:

"எனக்குதான் புர்த்திச்சக்கை தர யாருமில்லே. இன்னைக்கு பெரிய காக்காவுக்கு ஒரு விருந்து வைக்கவும் ஏற்பாடாகுது."

"என்ன விருந்து?"

"*உறட்டியும் ஈரலும் சாயாவும்."

"நீயும் எங்கூட சேந்துடு."

"என்னை யாரும் கூப்பிடலியே? பெரிய காக்கா ஒரு விஷயம் கேள்விப்பட்டீங்களா? நப்பியான பெரியதாத்தா, சின்ன காக்காவுக்கும் அனீபா காக்காவுக்கும் நேத்தைக்கு பால் சாயா கொடுத்து அனுப்புனதை?"

"பால் சாயாவா?"

"ஆமா..."

"உனக்குத் தரல்லியா?"

"நான் அவங்க மூக்குக்குப் பக்கத்துல இருக்கறதால எனக்கும் ஒரு சிங்கிள் டீ கிடச்சுது.

---

* பச்சரிசி தோசை

ஆச்சரியம்தான். பாத்துமா அப்துல்காதருக்கும் ஹனீஃபாவுக்கும் கூடவே அபூவுக்கும் பால்சாயா கொடுத்தனுப்பியிருக்கிறாள். இதில் ஏதாவது ரகசியங்கள் இருக்கும்.

"பாத்துமா பால்சாயா கொடுத்தனுப்பனதற்கான காரணம்?"

"அனீபா காக்கா ஸ்ட்ரைக் செய்ததுதான்."

"என்ன ஸ்ட்ரைக்?"

"பெரிய தாத்தாவுக்குக் குப்பாயம், கதீஜாவுக்கு ஜம்பர், அப்புறம் கிழிஞ்ச துணிகளெல்லாம் தெச்சுக் கொடுக்குறது அனீபா காக்காதான். முந்தாநாளோ என்னமோ துணி தைக்க கதீஜா வந்தப்போ தெச்சுத் தர விருப்பமில்லேனு சொல்லித் திருப்பியனுப்பிட்டாங்க அனீபா காக்கா, இனிமேல, இப்படி திருப்பியனுப்பாம இருக்குறதுக்காக கொடுத்த லஞ்சம்தான் பால்சாயா."

"அப்துலுக்குக் கொடுக்கக் காரணமோ?"

"அதுவந்து, பெரிய மச்சான், சின்ன காக்காவுக்கு கொஞ்சம் பணம் கொடுக்க வேண்டியதிருக்கு. சின்ன தாத்தாவைப் பார்த்து, காக்கா, பணத்தைத் திருப்பித் தரலேன்னா கேஸ் கொடுக்கப் போறதா சொல்லியிருக்காங்க. ஒண்ணாம் பிரதி பெரிய மச்சான், ரெண்டாம் பிரதி பெரியதாத்தா, மூணாம் பிரதி கதீஜா, அதுவும் போதாதுன்னா ஆட்டையும் ஜப்தி செய்ய வைப்பாராம். அப்படி எதுவும் செய்துடாம இருக்கறதுக்குத்தான் சிங்கிள் பால் சாயா."

இப்படியாக, பாத்துமாவின் ஆட்டின் பால் லஞ்சமாகவும் பயன்படுகிறது.

அபூ சொன்னான்:

"குட்டம் பிள்ளை வர்றாரு."

உண்மைதான் . . . தபால்காரர் குட்டன்பிள்ளை படியேறி வந்து ஒரு பார்சலை என் கையில் தந்தார். நான் கையொப்பமிட்டுக் கொடுத்தேன். குட்டன்பிள்ளை போனபிறகும் நான் அந்தப் பார்சலைப் பிரித்துப் பார்க்கவில்லை. உம்மா கேட்டாள்:

"அந்தப் பொதிக்குள்ள என்னடா இருக்கு?"

நான் சொன்னேன்:

"என் புதிய புத்தகம் பத்து காப்பி. வெளியிட்டவங்க சன்மானமா அனுப்பி வச்சிருக்காங்க, போதுமா?"

உம்மாவுக்குத் தெரிய வேண்டியது:

"வித்தா பணம் கிடைக்குமா?"

"உங்க சோலியைப் பாத்துட்டுக் கொஞ்சம் போறீங்களா தள்ளி? பைசா... பைசா... பைசா."

என்னிடம் அப்போது தம்பிடிக் காசுகூட இல்லை. என் மனதில் திடீரென்று ஒரு யோசனை உதித்தது. உம்மா போனதும் அபூவை ரகசியமாகக் கூப்பிட்டேன்.

"நீ இந்தப் புத்தகங்களைச் சந்தையிலே எங்கேயாவது கொண்டுபோய் விக்கிறியா?"

அவன் அடுத்த வாயில் கேட்டான்:

"எவ்வளவு கமிஷன் தருவீங்க?"

"அதெல்லாம் தர்றண்டா" என்று சொல்லிவிட்டு பார்சலைப் பிரித்து அபூவின் கையில் கொடுத்தனுப்பி விட்டுக் காத்திருந்தேன்.

சொந்த ஊர். நான் எழுதிய புத்தகம் யாராவது காசு கொடுத்து வாங்குவார்களா?

ஒன்றிரண்டு மணி நேரத்துக்குப் பிறகு அபூ வந்தான். அதிர்ஷ்டம்தான். புத்தகங்களெல்லாம் விற்பனையாகியிருந்தது. ஒரு புத்தகத்துக்கான விலையை முழுவதும் அபூவுக்குக் கொடுத்தேன். மிச்சப் பணத்தை எண்ணிக்கொண்டிருக்கும் போது "எவ்வளவுடா கிடச்சுது" என்று கேட்டபடி உம்மா வந்தாள். உம்மா அந்தப் பணத்தைப் பார்த்துவிட்டதில் எனக்குப் பயங்கரமான கோபம் வந்தது. என் பக்கத்திலிருந்த ஒரு கண்ணாடித் தம்ளரை எடுத்து சர்வ பலத்தையும் திரட்டி, விட்டேன் ஒரு எறி, சுவரைப் பார்த்து. ஒரு பத்தாயிரம் துண்டுகளாகச் சிதறி 'க்ணீம்' என்று விழுந்தது, கண்ணாடித் தம்ளர். வீடு நிசப்தமானது. எனக்கு மனதிற்குள் பெரிய ஆசுவாசம் தோன்றியது. உம்மா எதுவும் பேசாமல் அதையெல்லாம் கூட்டிப் பொறுக்கி ஒரு காகிதத்தில் பொதிந்துத் தூரத்தில் கொண்டு போய்ப் போட்டாள். திரும்பி வந்து எதுவும் சொல்லாமல் என் எதிரில் மேற்கே பார்த்து உட்கார்ந்துகொண்டாள். ஏன் எதுவுமே பேசவில்லை?

நான் மிச்சமிருந்த 'உலகப் புகழ்பெற்ற மூக்'கையெடுத்து பாத்துமாவின் ஆட்டிடம் நீட்டினேன். அது ஆர்வத்துடன் பக்கத்தில் வந்தது.

"இது ஏன் பெரிய காக்கா?" அபூ கேட்டான். நான் சொன்னேன்:

"பாத்துமாவோட ஆடு, 'பால்யகால சகி'யையும் 'சப்தங்க' ளையும் ருசிச்சிச் சாப்பிட்டுச்சு. அப்போ, நான் இன்னும் புத்தகங்களிருக்கு. உனக்குத் தின்னத் தருவேன்னு சொல்லி யிருந்தேன். 'உலகப் புகழ்பெற்ற மூக்'கையும் அது தின்னுப் பாக்கட்டுமே."

"அதுக்குக் கொடுக்க வேணாம்." அபூ சொன்னான்: நான் புத்தகத்தைக் கொண்டுபோய் பெட்டிக்குள் வைத்தேன். அபூ போனதும், கிடைத்த காசில் பகுதியை உம்மாவின் மடியில் போட்டேன். உம்மா கேட்டாள்:

"டேய், அந்தப் புஸ்தகம் ஒண்ணு என்ன விலைடா?"

நான் உண்மையைச் சொன்னேன். கொஞ்ச நேரத்திற்குப் பிறகு சாப்பிட வந்த அப்துல்காதர் என்னிடம் மீதியிருந்த புத்தகத்தை வாங்கிக் கொண்டான்.

"ஒரு பெரிய கட்டா இருந்துச்சே."

"பத்து காப்பியிருந்துச்சு. ஒன்பதெண்ணத்தை அபூகிட்டே கொடுத்து வித்தேன்."

"பைசா எங்கே?"

"ஒண்ணுக்கான விலையை அபூவுக்குக் கொடுத்தேன். மிச்சமிருந்ததுலே நேர்பகுதியை உம்மாகிட்டெ கொடுத்தேன்."

"எனக்கெதுவும் இல்லியா?"

"நீ அந்தப் புத்தகத்தை வித்துப் பைசாவை எடுத்துக்க."

உம்மா என்று அழைத்தபடி அவன் வீட்டுக்குள் சென்றான். அங்கே சில கசாமுசா சத்தங்கள் கேட்டன.

"இங்க உள்ள செலவுகளைப் பாக்குறவன் நான்தான், நீங்க இல்லை..." என்று அப்துல்காதர் சொல்வது மட்டும் என் காதில் விழுந்தது.

சிறிது நேரத்திற்குப் பிறகு அவன் மகிழ்ச்சியுடன் வெளியே போனான். உம்மாவின் முகபாவத்தைக் கண்டபோது உம்மாவிடமிருந்த சில்லறையை அப்துல்காதர் வாங்கியிருப்பான் போல் தெரிந்தது.

நான்கு மணியானபோது கொச்சுண்ணியும் கதீஜாவும் வந்து என்னை அழைத்தார்கள். நான் அபூவையும் கூட்டிக் கொண்டு போனேன்.

கொச்சுண்ணியின் வீட்டில் கொச்சுண்ணியின் வாப்பாவும் உம்மாவும் சகோதரியுமிருந்தார்கள். பாத்துமாவுக்கும், கொச்சுண்ணிக்கும் கதீஜாவுக்கும் பாத்துமாவின் ஆட்டுக்கும் குட்டிக்கும் கோழிகளுக்கும் நிம்மதியாக வாழுவதற்கான ஒரு ஓலைக்குடிசை இருப்பதாக அபூ சொன்னான். "இந்த விஷயம் பெரிய காக்காவுக்குத் தெரியவேணாம்னு பெரிய தாத்தா சொல்லியிருக்கா" என்றும் "பெரிய காக்கா அந்த வீட்டைக் கண்டிப்பாப் பாக்கணும்" என்றும் அபூ என்னிடம் ரகசியமாகச் சொல்லியிருந்தான்.

உறட்டியும் ஈரலும் வயிறு நிறைய தின்றோம். பால் சாயாவும் குடித்தோம். பாத்துமாவின் வீட்டையும் பார்த்தோம்.

"பெரிய காக்கா ஏன் இங்கே வந்தீங்க?" என்று பாத்துமா மனவருத்தத்துடன் கேட்டாள். பாத்துமாவின் வீடு பரிதாபமாக இருந்தது. மண்ணைக் குழைத்து மறைத்து பனையோலை வேய்ந்த ஒரு சிறு அறை. அதன் கதவு ஏதோ ஒரு பழைய வீட்டிலுள்ளது. அது கயிற்றால் கட்டிவைக்கப்பட்டிருந்தது. பூட்டு இல்லை.

"பெரிய கேவலமாப் போயிட்டுது." பாத்துமா சொன்னாள்:

"இனி நான் உயிரோடு இருந்து எதுக்கு?"

நான் சொன்னேன்:

"பேசாம இரு நீ. அந்தக் கதவை சரிப்படுத்தறுதுக்கான ரூபா நான் தர்றேன்."

"வேண்டாம் பெரிய காக்கா. நான் என் ஆட்டுப்பாலை வித்து சரியாக்கிடுறேன்."

"வேண்டாம். நானே தர்றேன்."

அன்றிரவு நான் சாப்பாட்டை முடித்துவிட்டு வீட்டில் செயரில் மேற்குப் புறமாகத் திரும்பி உட்கார்ந்திருந்தேன். கொச்சுண்ணி, சுலைமான், பாத்துமா, எல்லோரும் அங்கிருந்தார்கள்.

அப்துல்காதர், ஹனீஃபாவிடம் சொன்னான்:

"டேய், நமக்கு அதிகாலையிலே கிளம்பணும். கச்சேரி திறந்ததும் முதல்ல நம்ம கேசைப் பதிவு பண்ணிட்டு நமக்கு இங்க வந்துடலாம்."

நான் கேட்டேன்:

"என்ன கேசுடா?"

"ஒரு சிவில் கேசு. உடனே ஒரு ஐப்தியும் இருக்கும். கேசை நான்தான் கொஞ்சம் தள்ளிப் போட்டிருந்தேன். ஆனா, சில சம்பவங்களெல்லாம் நடந்துபோயிடுச்சி. இனிமேல் அதை தள்ளிப் போட வழியில்லே."

"என்ன சில சம்பவங்கள்?"

"உறட்டிச் சுட்டு, தேங்காப் பாலிலே முக்கி,பீங்கானிலே அடுக்கி வச்சிக் கொடுக்கும்போதெல்லாம் எங்க ஞாபகம் வரல்ல. ஈரல் கறி வச்சி குழி பீங்கானிலே நிறைய அள்ளி கொடுக்கும்போதும் எங்க ஞாபகம் வரல்ல. எங்களுக்கு மட்டும் சிங்கிள் சாயா. மற்றவங்களுக்கு உறட்டியும் ஈரல் கறியும்.

ஆனும்மா சொன்னாள்:

"நானும் உம்மாவும், மைனிமாரும் வாயில எச்சியூற இந்த வீட்டிலேயே இருந்தோம். எங்களையும் ஞாபகம் வரல்லெ."

சுலைமான் சொன்னான்:

"என்னோட ஞாபகம் மட்டும் வந்ததாக்கும்?"

அப்துல்காதர் சொன்னான்:

"சுலைமானே, நீதான் ஒண்ணாம் சாட்சி."

பாத்துமா சொன்னாள்:

"நான் யாருக்கெல்லாம் பயப்படணும்? உம்மாவுக்குப் பயப்படணும், மைனிமாரை, கொளுந்திமாரை, என் தங்கச்சி யைப் பயப்படணும், சின்ன காக்காவுக்குப் பயப்படணும், அனீபாவுக்குப் பயப்படணும், அபூவுக்குப் பயப்படணும் இப்போ சுலைமானுக்குப் பயப்படணும்."

"எனக்கு யாரும் பயப்படவேணாம்."

அபூ அவனது தொண்டையைத் திறந்தான்.

நான் சொன்னேன்:

"நிறுத்துடா."

பாத்துமா சொன்னாள்:

“சின்ன காக்கா, நான் எல்லாருக்கும் ஈரல் கறியும் உறட்டியும் சாயாவும் தருவேன். கொஞ்ச நாளுகூட பொறுத்துக்குங்க போதும்.”

“எவ்வளவு நாளு?” அவன் கேட்டான்.

“அதை நான் சொல்லுவேன், சின்ன காக்கா. டேய், அனீபா, இருந்தாலும் நீ இப்படிச் செய்துட்டியே? கதீஜா வோட துணியை தைக்காம நீ திருப்பியனுப்பிட்டியே?”

ஹனீஃபா சொன்னான்:

“நான் தர்மத்துக்குத் தெச்சுக்கிட்டு இருந்தாப் போதும்லா? அபூவுக்குத் தினமும் சட்டைத் தெக்கணும். இந்த வீட்டிலே உள்ள எல்லாருக்கும் தெக்கணும். யாராவது கூலி தர்றீங்களா?”

அப்துல்காதர் சொன்னான்:

“உன் பெண்டாட்டிக்கு குப்பாயம் தைக்க நானா பைசா தரணும்? லைலாவுக்கு பாவாடையும் ஜம்பரும் தெக்கவும் அபிக்கு கோட்டும் டவுசரும் தெக்கவும் நானா பைசா தரணும்? இது நல்லாயிருக்கேடா?”

ஹனீஃபாவுக்குக் கோபம் வந்தது.

“யாரும் எனக்கு எதுவும் தர வேணாம். நான் பட்டாளத்துக்கே போயிர்றேன். இன்னைக்கு ராத்திரியே போயிடறேன்.”

அப்போது ஒரு சம்பவம் எனக்கு நினைவு வந்தது. நான் சொன்னேன்:

“டேய் இருடா, ஒரு அரை மணி நேரத்திற்குப் பிறகு நீ பட்டாளத்துக்குப் போ. நீ எப்பவும் பட்டாளத்துலேருந்து லீவிலே வந்துட்டுத் திரும்பிப் போகும்போதும் எரணாகுளத்துக்கு வந்து என்னைப் பாத்துட்டுதானே போவே? அப்போ எல்லாம் நீ எங்கிட்டேருந்து அஞ்சும் பத்தும் கடன் வாங்கிட்டுதான் போவே. கேட்டா, இருந்ததை எல்லாம் உம்மா வாங்கிட்டா, அப்துலு காக்கா வாங்கிட்டான்னு சொல்லுவே. அதுலெ ஒரு ரூபா கூட நீ எனக்குத் திருப்பியனுப்பினது கிடையாது. எட்றா இப்போ அதையெல்லாம்.”

ஹனீஃபா உடனே ஐசாமாவைக் கூப்பிட்டான்:

“இறங்குடீ வெளியே, பிள்ளைங்களையும் தூக்கிட்டு. இந்த வீட்டுலெ இனிமேல் நாம இருக்கக்கூடாது. ஆளுகளைக் குறை சொல்லி தலையிலே ஏறுறது. நமக்கு அங்கே போய் ஏதாவது ஓலைக்கீத்தை மறைச்சி இருக்கலாம் வா. எழும்புடா அபி.”

நான் கேட்டேன்:

“டேய், நீ எனக்கு ரூபா தரவேண்டியது உண்மையா, இல்லையா?”

அவன் சொன்னான்:

“அதெல்லாம் அந்தக் காலத்துலே இல்லியா பெரியகாக்கா, அதையெல்லாம் இப்ப யாராவது நினச்சிப் பாப்பாங்களா?”

“அப்படியாவது தரவேண்டியது உண்மைன்னு ஒத்துக் கிட்டியே சந்தோஷம்.”

நான் போய்ப்படுத்தேன். அதிகாலை நான்கு மணிக்கு பாத்துமாவும் கொச்சுண்ணியும் கதீஜாவும் புறப்படும் சலசலப்பில் கண்விழித்து அப்படியே அசையாமல் படுத்திருந்தேன்.

உம்மா கேட்டாள்:

“நீ எழும்பிட்டியா?”

“படுத்திருக்கேன், என்ன?”

உம்மா சொன்னாள்:

“உங்கிட்டே இருக்குற பைசாவுல எனக்கு ஒரு ரூபா தா! யாரும் அறியவேணாம்.”

“நேத்தைக்குத் தந்தனே?”

“அதையெல்லாம் அப்துலு வாங்கிட்டான். அவன் இல்லியா வீட்டைக் கவனிக்குறான்? எத்தனைபேத்துக்குச் செலவுக்குப் பாக்கணும்? தினசரி எத்தனை ரூபா வேணும்னு நீ கொஞ்சம் யோசிச்சுப் பாரு.”

“உங்க பாட்டுக்குப் போங்க நீங்க, ஏதாவது பேசுனா இப்பவே நான் இங்கிருந்து போயிடுவேன்.”

உம்மா எதுவுமே பேசவில்லை. நான் அசையாமல் படுத்திருந் தேன். கொஞ்ச நாட்களுக்கு முன்பு நான் வந்திருந்தபோது நடந்த ஒரு சம்பவத்தை நினைத்துப் பார்த்தபடி.

அப்போது நான் தங்கியிருந்தது, எப்போதும் தங்கி யிருக்கும் அந்தச் சிறு வீட்டில்தான்.

இங்கே வந்து சேர்ந்தது, ஒரு ஸ்பெஷல் காரில். கார் வந்து வீட்டின் முன் நின்றதும் ஆட்கள் வந்து கூடிவிட்டார் கள். நான் டாக்சி டிரைவருக்கு நோட்டை எண்ணிக் கொடுப்ப தையும் எல்லோரும் பார்த்தார்கள்.

அன்றிரவு நான் சாப்பாடெல்லாம் முடிந்து படுக்கப் போகும்போது அப்துல்காதரும் உம்மாவும் ஹனீஃபாவும் வந்தார்கள். வந்ததுமே அப்துல்காதர் சொன்னான்:

"காக்கா, பணம் ஏதாவது இருந்தா இங்க வைக்க வேணாம். எங்கிட்டே தாங்க, திருடனுங்க எவனாவது வந்துடுவானுங்க. வந்தா அடிச்சிக் கொன்னு போடுவானுங்க."

நான் ஐநூறு ரூபாவை எண்ணி உம்மாவின் கண்முன் வைத்து அவனிடம் கொடுத்தேன். திருடனுங்க வந்து என்னை அடித்துக் கொல்லட்டும். பணம் போகாதல்லவா? எல்லோரும் திருப்தியுடன் திரும்பிப்போனார்கள். நான் அமைதியாக அப்படியே படுத்து ஒரு பீடியைப் பற்ற வைத்தேன். அப்போது யாரோ ஒரு ஆள் இருட்டில் வீட்டுக்குள் நிற்பதாக எனக்குத் தோன்றியது. பிச்சுவாக் கத்தியால் என்னைக் கொன்றுவிட்டு பணத்தைக் கொள்ளையிட வந்த திருட்டுத்தொழிலாளியோ? ஒரு சிறு பயத்துடன் நான் கேட்டேன்.

"யாரது?"

"நான்தாண்டா" உம்மா மெதுவாகச் சொன்னாள். "யாருக்கும் தெரியாம வந்துருக்கேன்."

"என்ன விசேஷமோ?"

"டேய், காதுங்காதும் வச்சதுபோல 'யாரும் அறியாம' நீ எனக்கு ஒரு இருபத்தஞ்சு ரூபா தா. ஒருத்தரும் அறியக் கூடாது."

உம்மாவல்லவா? பெற்று முலைப்பால் தந்து வளர்த்திய தாகக் கருதப்படும் தாயல்லவா? நான் இருபத்தைந்து ரூபாயை உடனே எடுத்துக் கொடுத்தேன். அப்படி அமைதியாகப் படுத்துத் தூங்கினேன். மறுநாள் முதல் கடன் வாங்க வருபவர்களின் ஒரு பிரவாகம். அதிகமும் பெண்கள்தான். முஸ்லிம் சமூகத் திலுள்ளவர்கள் மட்டுமல்ல. நான் எல்லாரிடமிருந்தும் தாய்ப் பால் குடித்திருக்கிறேனாம். "புள்ளைக்கு அது மறந்து போயி டுச்சா? எனக்கு ரெண்டுரூபா தா, மவனே."

நான் அப்படி இரண்டும் நான்கும் ஐந்துமாகக் கொடுக்கத் தொடங்கினேன். அது கிட்டத்தட்ட நூறை எட்டியபோது, "இல்லே. நான் யார்கிட்டேருந்தும் தாய்ப் பாலு குடிச்சது கிடையாது" என்ற உறுதியான அறிவிப்புடன் உட்கார்ந்து விட்டேன். இதனிடையே மற்றொரு வேடிக்கையும் நடந்துகொண் டிருந்தது. உம்மா அபியையும் பாத்துக்குட்டியையும் தூக்கி வருவாள்.

"ஏதாவது கொடுடா, இந்தப் பிள்ளைங்களுக்கு. பைசாவாக எதுவும் கொடுக்காமெ."

மட்டுமல்ல,

"டேய், நீ இப்போ இங்கயே வந்துட்டே. உன்னைப் பார்க்க உங்கூட்டாளிங்க வர்றாங்கல்லையா? அவங்களுக்குச் சோறு கொடுக்கறது எதுலே?"

"இலை போட்டு."

"அது, போக்கத்து செய்றதுபோல ஆயிடும். நமக்குக் கொஞ்சம் தட்டுகளும் பீங்கானும் குழி பீங்கானும் கிளாசும் வாங்கணும்."

"எங்கிட்டே பைசா கிடையாது."

"அப்படீன்னா நான் அந்த ஆனப் பரம்பு கடையிலே போய் நீ சொன்னதாக வாங்குவேன்."

மூதாட்டி செய்துவிடவும் செய்வாள். ஆனப் பரம்பில், வர்க்கிகுஞ்ஞுவுக்கு ஒரு பெரிய ஸ்டேஷனரி கடையிருக்கிறது. மேற்படியான் என் நண்பனும்கூட. உம்மாவை அங்கே போக விட்டால் கடையிலுள்ள சாமான்களை முழுவதையும் அள்ளிக் கொண்டு வரவும் தயங்கமாட்டாள். நான் சொன்னேன்:

"உம்மா போக வேணாம். நான் போய் வாங்கிட்டு வர்றேன்."

நான் போய் ஒரு சுமடு சாதனங்களை வாங்கி ஒரு ஆளை ஏற்பாடு செய்துகொண்டுவந்து கொடுத்தேன். பிறகு, அமைதியாக அப்படி வாழ்ந்து கொண்டிருக்கும்போது உம்மா சொன்னாள்:

"டேய், எதுவானாலும் இப்போ நீ இங்கே வந்துட்டே. உங் கூட்டாளிங்க வந்தா எங்கே படுத்துத் தூங்குவாங்க? நீ கொஞ்சம் மெத்தைப் பாயும் தலையணையும் வாங்கிடு."

"நீங்க சும்மா போங்க உம்மா."

எதுக்கு? தொந்தரவில்லாமல் இருக்கட்டுமே என்று அதையும் வாங்கிக் கொடுத்தேன். அப்போது உம்மாவுக்கு ஒரு செம்புப் பாத்திரம் தேவை. நெல் ஏதாவது கிடைத்தால் வேக வைப்பதற்கு. குளிப்பதற்கு தண்ணீர் நிறைத்தும் வைக்கலாம். நியாயமான விஷயம்தானே?

நான் நினைத்துக் கொண்டேன்: செம்புப் பாத்திரத்திற்கு அடுத்தது காளைவண்டி. அதற்குப் பிறகு மோட்டார் கார். ஹூம்!

பெட்டியையும் படுக்கையையும் எடுத்துக்கொண்டு நான் புறப்பட்டுவிட்டேன். வர்க்கலை தாண்டி மதறாசை சுற்றித் திரிந்து திரும்பவும் வந்தேன். திரும்பவும் போனேன். திரும்பவும் வந்தேன். அப்படி வந்த ஒரு வருகைதான் இதுவும். ஹனீஃபா பட்டாளத்துக்குப் போய்விடுவேன் என்று சொல்வதுபோல் அல்ல, நான் போவேன் என்றால் போயேவிடுவேன். ஆகவே, உம்மா அசையாமல், பேசாமல் படுத்திருந்தாள். நான் எழுந்து சென்று பெட்டியைத் திறந்து மிச்சமிருந்த காசு முழுவதையும் எடுத்துக் கொடுத்துவிட்டுச் சொன்னேன்:

"இனிமேல் பயப்படாதீங்க. நான் போக நினைச்சாலும் போக முடியாது. வண்டிச்சத்தம்கூட இல்லை. இனி நீங்களே என்னைக் கவனிச்சுக்குங்க."

நினைவுகள் அப்படியே போயின.

நாட்கள் கடந்தன.

அப்போது ஒரு அற்புத நிகழ்ச்சி நடந்தது. மாதர்குல மாணிக்கங்களின் அழகிய விநோதங்கள். பாத்துமாவின் ஆட்டி லிருந்து இரண்டு ஆனும்மாக்களும் ஒரு ஐசாமாவும் உம்மாவும் சேர்ந்து திரும்பவும் பால் கறந்தார்கள். சாயா குடித்தார்கள். குட்டி இல்லாமல்தான். ஒரு தடவையல்ல, இப்படிப் பல தடவைகள் நடந்தன, பால் திருட்டு. குட்டியில்லாமல் ஆடு பால் தராது என்ற புனிதமான நம்பிக்கையுடனும் நிம்மதி யுடனும் மன அமைதியுடனும் வாழ்ந்து கொண்டிருக்கிறாள் பாத்துமா.

சும்மா ஒரு வேடிக்கைக்காக அபியையும் பாத்துக்குட்டியை யும் ஆட்டுக் குட்டிகளாக்குவதற்கும் ஒரு முயற்சி நடந்தது. ஆனால், பலிக்கவில்லை. கடைசியில் சுபைதாவும் ரஷீதும் ஆட்டுக் குட்டிகளானார்கள். ஆட்டின் மடியைச் சூப்பிக் குடித்தார்கள். பொய்யாட்டுக் குட்டிகள். இந்தத் திடுக்கிடும் சம்பவத்தைத்தான் பாத்துமா அறிந்தாள். அவள் நெஞ்சி லறைந்து அழுதாள்.

"நீங்கள்லாம் மனுசப் பிறவிங்கதானா? இருந்தாலும் இப்படிச் செய்துட்டீங்களே? வேணாம், நானே உங்களுக்குப் பால் தந்துடறேன்."

மறுநாள் முதல், பாத்துமாவின் சார்பாக அரைக் குப்பி பால் வீட்டுக்கு வரத் தொடங்கியது.

சுபைதா, ரஷீது, அபி, ஆரிஃபா, லைலா, பாத்துக்குட்டி எல்லோருக்கும் தாராளம். அனும்மாமார்களுக்கும் ஐசாமாவுக்கும் உம்மாவுக்கும்கூட பால் சாயாதான்.

இப்போது ஆட்டுடன் சேர்ந்து குட்டியும் வருகிறது. கூடவே, தண்ணீர்க் கலக்காத, சுத்தமான அரைக்குப்பி பாலுடன் கதீஜாவும்.

இப்படியாக இரண்டு வகையான பால் வீட்டுக்குக் கிடைக்கிறது. ஒன்று; அழகாகத் திருடுவது. இன்னொன்று; நேர்மையாக, பரஸ்பர நல்லெண்ணத்துடன் பாத்துமா கொடுத்தனுப்புவது பாவம் பாத்துமா. அவள்தான் என்ன செய்வாள்?

ஒரு இரகசியத்தை மட்டும் புரிந்து கொள்ளவே முடியவில்லை. இந்த அறிவுகளெல்லாம் பெண்களில் யாருக்கு முதலில் தோன்றியிருக்கும்?

சுபம்.

1959